ได้รับความรอดแต่สูญหาย: ผู้กลับใจที่ขาดวินัย – ฉบับภาษาไทย

"นางได้รับการช่วยให้รอดห้าครั้ง...แต่ไม่เคยมีศิษย์คนใดได้รับการสั่งสอนแม้แต่ครั้งเดียว"

เรื่องราวที่เปิดเผยความอกหักของสวรรค์และความหวังของคริสตจักร

โดย

เอกอัครราชทูต จันทร์ **O. Ogbe** ; ความสะดวกสบาย ลาดิ **Ogbe** ;
Zacharias Godseagle

Table of Contents

หน้าลิขสิทธิ์

ได้รับความรอดแต่สูญหาย: ผู้เปลี่ยนใจเลื่อมใสที่ไร้ระเบียบวินัย

เผยแพร่โดย:
Zacharias Godseagle & God's Eagle Ministries

ผู้แต่ง:
Zacharias Godseagle
Comfort Ladi Ogbe
เอกอัครราชทูตวันจันทร์ O. Ogbe

พิมพ์ในประเทศสหรัฐอเมริกา

เกี่ยวกับหนังสือ - SAVED BUT LOST: THE UNDISCIPLED CONVERT

จะเกิดอะไรขึ้นเมื่อความรอดกลายเป็นเพียงสถิติ ไม่ใช่เรื่องราว?

ในใจกลางกรุงไนโรบี
ศิษยาภิบาลผู้เปี่ยมด้วยศรัทธาได้สร้างโบสถ์ขนาดใหญ่ขึ้นจากการเรียกของแท่นบูชาที่ทรงพลัง ทุกวันอาทิตย์ มีคนหลายพันคนยกมือขึ้น — แต่มีน้อยคนนักที่จะลุกขึ้นด้วยศรัทธา
อานิตา วัมบุย นักศึกษามหาวิทยาลัยผู้ใฝ่รู้ ตอบรับซ้ำแล้วซ้ำเล่า — "ได้รับความรอด" ถึงห้าครั้ง แต่ไม่เคยได้รับการสั่งสอนจากสาวกแม้แต่ครั้งเดียว

เมื่อเสียงร้องขอความช่วยเหลือของเธอระเบิดขึ้นทั่วอินเทอร์เน็ต
มันทำลายภาพลวงตาของทวีปหนึ่งและเขย่าหัวใจของสวรรค์

เรื่องราวเชิงพยากรณ์นี้เปิดเผยความจริงอันอันตรายผ่านชีวิตของอนิตา ศิษยาภิบาลเอสเธอร์ รูธ และผู้คนที่เหลือที่ต่ำต้อย นั่นคือ **การตัดสินใจไม่ได้ทำให้คนเป็นสาวก แต่ความสัมพันธ์ต่างหากที่ทำให้เกิด**

Saved But Lost เป็นภาพยนตร์
ที่ได้รับแรงบันดาลใจจากเหตุการณ์จริงทั่วทั้งแอฟริกาและที่อื่นๆ โดยเป็นนิทานอุปมาอุปไมยที่เรียกร้องให้คริสตจักร ศิษยาภิบาล
และผู้เชื่อกลับคืนสู่หัวใจของพระเยซู ซึ่งการฟื้นฟูเริ่มต้นจากรากฐาน ไม่ใช่การเร่งรีบ

> *"เพราะเจ้าไม่อุ่น... เราจะคายเจ้าออก"* — วิวรณ์ 3:16

เราจะช้าลงพอที่จะเดินร่วมกับพระองค์ไหม?

คำอธิบายปกหลังแบบปกอ่อน

จะเป็นอย่างไรถ้าการได้รับความรอด...ไม่เคยเพียงพอ?

Saved But Lost เป็นเรื่องราวเกี่ยวกับ Anita Wambui หญิงสาวที่ "เกิดใหม่" ถึงห้าครั้งแต่ไม่เคยมีสาวกแม้แต่ครั้งเดียว และศิษยาภิบาล Esther Mwangi
นักเทศน์ผู้เร่าร้อนซึ่งการเผยแพร่ศาสนาด้วยความเร็วของเธอได้ขัดแย้งกับความจริงอันเชื่องช้าในวิถีทางของพระเยซู

จากโบสถ์ใหญ่ที่ส่องแสงในไนโรบีไปจนถึงกลุ่มสาวกที่เงียบสงบใต้ต้นไม้
เรื่องราวที่น่าติดตามนี้เปิดเผยจุดบอดที่ยิ่งใหญ่ที่สุดของคริสตจักรยุคใหม่:
รากที่ตื้นเขินใต้แท่นบูชาที่ส่องแสง

เมื่อคำให้การของอนิตาที่เป็นไวรัลทำให้ทั้งประเทศพลิกกลับ มีผู้เหลือรอดเพียงไม่กี่คน
— ศิษยาภิบาลกลับใจ สาวกปรากฏตัว
และพระคริสต์ทรงนำเจ้าสาวของพระองค์กลับคืนมา

Saved But Lost
เป็นเรื่องราวเชิงพยากรณ์และอารมณ์อันลึกซึ้งที่ได้รับแรงบันดาลใจจากเหตุการณ์จริง
เชิญชวนผู้เชื่อ ผู้นำ และผู้แสวงหาทุกคนให้ค้นพบพันธกิจที่ถูกลืมเลือนไปอีกครั้ง:
"จงไปสั่งสอนคนให้เป็นสาวก"

จากแอฟริกาไปสู่ประเทศต่างๆ การเคลื่อนไหวครั้งใหม่ได้เริ่มต้นขึ้น ไม่ใช่เสียงดังขึ้น แต่ลึกซึ้งขึ้น

เพราะสวรรค์กำลังนับหัวใจ ไม่ใช่นับมือ

คำสำคัญ

1. นวนิยายการเป็นสาวกของคริสเตียน
2. นิยายคริสเตียนแอฟริกัน
3. นิทานคริสตจักรยุคใหม่
4. เรื่องราวความรอดและการเป็นสาวก
5. ละครคริสเตียนสร้างแรงบันดาลใจ
6. เรื่องราวการเปลี่ยนแปลงที่อิงตามศรัทธา
7. การฟื้นฟูผ่านความสัมพันธ์

- "นิยายคริสเตียนเกี่ยวกับการเป็นสาวกและการเติบโตฝ่ายจิตวิญญาณ"
- "ละครคริสเตียนแอฟริกันเกี่ยวกับความรอดและศรัทธา"
- "นวนิยายสร้างแรงบันดาลใจที่อิงศรัทธาเกี่ยวกับคริสตจักรยุคใหม่"
- "เรื่องราวที่สอนถึงความแตกต่างระหว่างผู้กลับใจและศิษย์"
- "หนังสือคริสเตียนเกี่ยวกับการให้คำปรึกษา การเปลี่ยนแปลง และการฟื้นฟู"
- "เรื่องราวคริสเตียนเชิงพยากรณ์เกี่ยวกับศรัทธาตื้นๆ และรากฐานที่ลึกซึ้ง"
- "หนังสือสำหรับศิษยาภิบาลและผู้นำเกี่ยวกับการเป็นสาวกที่แท้จริง"

การอุทิศตน

ถึง **ร่างกายของพระคริสต์ ผู้** ซึ่ง
บางครั้งตะโกนดังกว่าที่ตั้งใจฟัง ผู้ทรงนับผู้ที่กลับใจใหม่แต่ลืมชื่อ
และถึงกระนั้นโดยพระคุณ พระองค์ยังคงได้ยินเสียงเคาะประตูของพระเยซู

ถึงอ **นิตา ทุกคน** — ผู้ค้นหา จริงใจ และมองไม่เห็น —
และถึง **เอสเธอร์ ทุกคน** — ที่ได้รับการเรียก มีพรสวรรค์
แต่กำลังเรียนรู้ที่จะนั่งที่พระบาทของพระองค์อีกครั้ง

ถึง คนรุ่นต่อไปของผู้ สร้าง
สาวก ผู้สร้างตาราง ไม่ใช่หอคอย และสอนด้วยหัวใจ ไม่ใช่แฮชแท็ก

งานนี้อุทิศแด่คุณ
ขอให้คุณดำเนินชีวิตอย่างเต็มเปี่ยมตามพระบัญชาอันยิ่งใหญ่ ไม่ใช่เพื่อให้ก้าวไปได้เร็วขึ้น
แต่เพื่อให้ *ลึกซึ้งยิ่ง* ขึ้น

คำขอบคุณ

ทุกเรื่องราวที่ปลุกหัวใจให้ตื่นขึ้น ล้วนเริ่มต้นจากเสียงกระซิบจากสวรรค์ *Saved But Lost: The Discipleship Series*
ไม่ได้ถือกำเนิดขึ้นจากความคิดสร้างสรรค์เพียงอย่างเดียว แต่เกิดจากภาระ —
ภาระที่อยากเห็นผู้เชื่อหยั่งรากลึก ไม่ใช่เร่งรีบ กลายเป็นสาวก
ไม่ใช่แค่ประกาศว่าได้รับความรอด

เราขอแสดงความขอบคุณอย่างสูงต่อ:

- **พระเจ้าเยซูคริสต์**
  ผู้ยังคงยืนอยู่ที่ประตูและเคาะเรียกคริสตจักรของพระองค์ให้กลับมาทำงานแห่งความรักและการเปลี่ยนแปลงอย่างช้าๆ
- **พระวิญญาณบริสุทธิ์** ผู้เป็นครูและผู้ชี้ทางของเรา
  ผู้ทรงความเชื่อมั่นอันก่อให้เกิดสาวกที่แท้จริง
- **คอมฟอร์ท ลาดี Ogbe** ภรรยาที่รักและเพื่อนร่วมงานของฉัน ซึ่งเสียงคำอธิษฐาน
  และความเข้าใจของเธอทำให้การไตร่ตรองและคำอธิษฐานในซีรีส์นี้เต็มไปด้วยความอ่อนโยน
- **ทีมงานระดับโลกของ God's Eagle Ministries (GEM)**
  ที่มีความทุ่มเท ความคิดสร้างสรรค์ และศรัทธาอันแน่วแน่
  ทำให้วิสัยทัศน์นี้มีชีวิตขึ้นมาผ่านการเขียน ภาพยนตร์ และเทคโนโลยี
- ถึงผู้อบรมสั่งสอน ผู้วิงวอน และผู้เชื่อทุกคนในทวีปแอฟริกา ทวีปอเมริกา ทวีปเอเชีย ทวีปยุโรป และทวีปอื่นๆ —
  ผู้ที่เลือกเส้นทางที่แคบของความลึกซึ้งเหนือการแสดงออก

นี่เพื่อคุณ — ส่วนที่เหลือที่ฟื้นคืนมาในความรัก ความจริง และพลัง

เอกอัครราชทูต Monday O. Ogbe
นักยุทธศาสตร์การเปลี่ยนแปลงระดับชาติ God's Eagle Ministries – GEM

คำนำ

เมื่อการตัดสินใจเข้ามาแทนที่การเป็นสาวก

มัทธิว 28:19 | ลูกา 6:46–49 | วิวรณ์ 3:20

"ดูเถิด เรายืนเคาะอยู่ที่ประตู..."
— *วิวรณ์ 3:20*

ทั่วประเทศ ฉันได้เห็นฝูงชนหลั่งไหลมาที่แท่นบูชา น้ำตาไหลริน มือชูขึ้น หัวใจเต้นแรง ศิษยาภิบาลต่างชื่นชมยินดี สถิติพุ่งสูงขึ้น แต่ทว่า — เมื่อเสียงดนตรีจางหายไป — ความเงียบงันก็ตามมา
หลาย คนที่เริ่มต้นที่แท่นบูชากลับไม่ก้าวต่อที่กางเขน เราเฉลิมฉลอง *การตัดสินใจ* แต่กลับละเลย การ
เป็นสาวก เรานับ *จำนวน* แต่ลืม *ชื่อ*

หนังสือเล่มนี้ *Saved But Lost* เกิดจากความเจ็บปวดนั้น —
ความเจ็บปวดของผู้เชื่อนับไม่ถ้วนอย่างอนิตา ผู้ซึ่งได้รู้จักพระเยซูแต่ไม่เคยได้รับเชิญให้ *เดินร่วมกับพระองค์* ฉันได้พบกับผู้คนนับร้อยในแอฟริกา เอเชีย อเมริกา และที่อื่นๆ — ทุกคนล้วนสะท้อนเสียงร้องอันเงียบงัน:

"ฉันได้รับความรอด... แต่ฉันไม่เคยได้รับการแสดงให้รู้ว่าควรใช้ชีวิตอย่างไร"

คริสตจักรยุคใหม่เชี่ยวชาญเรื่องความเร็ว — การเติบโตอย่างรวดเร็ว ผลลัพธ์ที่รวดเร็ว และการเปลี่ยนใจเลื่อมใสอย่างรวดเร็ว แต่พระเยซูไม่เคยทรงเรียกเราให้รีบเร่ง พระองค์ทรงเรียกเราให้ติดตาม พระมหาบัญชาไม่ได้ตรัสว่า *"จงไปทำให้คนกลับใจ"* แต่ตรัสว่า

"จงไปสั่งสอนคนให้เป็นสาวก..." (มัทธิว 28:19)

และการเป็นสาวกไม่ใช่แค่ช่วงเวลาหนึ่ง แต่มันคือ การ **เดินทาง**

เสียงเรียกให้กลับมา

ในทุกยุคทุกสมัย พระเจ้าทรงเปล่งเสียงร้องเตือน — เพื่อเตือนใจถึงสิ่งที่เราสูญเสียไป ทุกวันนี้ เสียงร้องนั้นชัดเจน: **"จงกลับคืนสู่รากเหง้า"**

แสงสว่างของเราสว่างไสวยิ่งกว่าความรักของเรา
เวทีของเราดังยิ่งกว่าความเงียบงันของเราต่อหน้าพระองค์
และถึงแม้คริสตจักรของเราเต็มเปี่ยม แต่บ่อยครั้งก็อดอยากทางจิตวิญญาณ

พระวิญญาณของพระเจ้าทรงเรียกผู้นำ ศิษยาภิบาล ผู้เผยแพร่ศาสนา และผู้เชื่อทุกหนทุกแห่งให้ช้าลง — เพื่อแลกกับ *การรีบเร่งเพื่อรากฐาน* ชื่อเสียง *เพื่อการก่อตัวขององค์กร* และ *การโฆษณาเกินจริงเพื่อความ* บริสุทธิ์

เราต้องหยุดสร้างเด็กกำพร้าทางจิตวิญญาณและเริ่มเลี้ยงดูลูกชายและลูกสาวในอาณาจักร

กระจกแห่งยุคสมัยของเรา

เรื่องราวของอนิตาไม่ใช่เรื่องแต่ง แต่มันคือกระจก
สะท้อนภาพ สะท้อนภาพไนโรบี ใช่แล้ว แต่ยังสะท้อนภาพลากอส ลอนดอน มะนิลา เม็กซิโกซิตี นิวยอร์ก และเยรูซาเล็มด้วย สะท้อนภาพทุกมิตรภาพที่ยกมือขึ้นนมัสการ แต่ใจยังคงล่องลอย

มันถามเราว่า:

- เราพาพวกเขามาหาพระเยซูหรือมาหาตัวเราเอง?
- เราสอนพวกเขาด้วยเสียงของพระองค์หรือเพียงโปรแกรมของเราเท่านั้น?
- เราได้เดินไปกับพวกเขาผ่านความเจ็บปวด
  หรือเทศนาสั่งสอนพวกเขาผ่านน้ำตาของพวกเขา?

ภาพลวงตาของการฟื้นคืนชีพโดยปราศจากความสัมพันธ์นั้นอันตราย
ฝูงชนอาจโห่ร้อง แต่สวรรค์อาจยังคงร้องไห้

พระเยซูตรัสว่า

"คนเป็นอันมากจะกล่าวกับเราว่า 'พระองค์เจ้าข้า พระองค์เจ้าข้า...' แต่เราจะกล่าวว่า 'ฉันไม่เคยรู้จักพระองค์เลย'"
(มัทธิว 7:22–23)

นี่ไม่ใช่การประณาม แต่มันคือคำเชื้อเชิญ
เป็นการเชื้อเชิญให้หวนกลับไปสู่ *ความลึกซึ้ง* สู่ *การเป็นสาวก* และสู่ *ประตูสู่การเปลี่ยนแปลงที่แท้จริง*

ช่วงเวลาแห่งการทำนาย

ขณะที่ฉันอธิษฐานเกี่ยวกับงานนี้ พระเจ้าตรัสกับใจฉันว่า:

วันจันทร์ คริสตจักรของฉันได้บรรลุถึงการเรียกที่แท่นบูชาแล้ว แต่ลืมการเรียกต่อ
พวกเขานำพวกเขามาเกิดแต่ปล่อยให้พวกเขาหลั่งเลือด บอกพวกเขาสิว่า —
ฉันยังคงเคาะอยู่

ตอนนั้นฉันตระหนักได้ว่าการเป็นสาวกไม่ใช่กลยุทธ์ แต่เป็นภารกิจช่วยเหลือ ผู้ ที่กลับใจใหม่ ทุกคนล้วน เหมือนวิญญาณล่องลอย
การตัดสินใจเพียงครั้งเดียวก็นำไปสู่ความสิ้นหวัง
คำถามที่ไม่ได้รับคำตอบเพียงหนึ่งเดียวก็นำไปสู่การเดินจากไป

นั่นคือเหตุผลว่าทำไมจึง มี *Saved But Lost* ขึ้นมา
เพื่อแสดงให้เราเห็นว่าจะเกิดอะไรขึ้นเมื่อความรอดถูกเสนอให้โดยไม่ต้องมีคนเลี้ยงดู
เพื่อปลุกเราให้ตระหนักถึงพระบัญญัติของพระเยซูที่ถูกลืมเลือนไป —
"จงเลี้ยงแกะของเรา"

การตื่นรู้ได้เริ่มต้นแล้ว

ทั่วโลก เศษซากที่เหลืออยู่กำลังผุดขึ้นมา
วงเวียนเล็กๆ ใต้ต้นไม้ ในห้องเรียน ในบ้าน — ผู้เชื่อกำลังรวมตัวกันอีกครั้ง
ไม่ใช่เพื่อความบันเทิง แต่เพื่อการเปลี่ยนแปลง

จากไนโรบีถึงอาบูจา จากมะนิลาถึงมาดริด จากเซาเปาโลถึงโซล — หัวใจกำลังเปิดออก
และข่าวประเสริฐที่แท้จริงของ *การเดินร่วมกับฉัน* กำลังกลับมา

นี่คือการเคลื่อนไหว ที่ *Saved But Lost* เป็นตัวแทน — การเรียกร้องให้ช้าลง
นั่งอยู่ที่พระบาทของพระองค์ และดำเนินตามทางของพระองค์

คำอธิษฐานของฉันสำหรับคุณ

ขณะที่คุณอ่าน อย่ารีบร้อน ให้ทุกบทอ่านคุณกลับไป
มองตัวเองในอนิตา มองพันธกิจของคุณในเอสเธอร์ มองคนรุ่นคุณในรูธ

และเมื่ออ่านถึงหน้าสุดท้าย ขอให้เรื่องราวของคุณเองเริ่มต้นขึ้น —
เรื่องราวของการเดินร่วมกับพระเยซู ทีละก้าว

นี่ไม่ใช่แค่หนังสือ แต่มันคือคำเรียกจากสวรรค์
พระวิญญาณยังคงตรัสว่า

"ดูเถิด เรายืนเคาะอยู่ที่ประตู..."

คุณจะเปิดมั้ย?

ด้วยพระคุณและความจริง

เอกอัครราชทูต **Monday O. Ogbe**
นักยุทธศาสตร์การเปลี่ยนแปลงระดับชาติ
ผู้ก่อตั้ง – God's Eagle Ministries (GEM)
www.otakada.org

บทนำภาพยนตร์

“รอด...แต่หลงทาง”

ลูกา 8:13 | ยอห์น 8:31–32 | มัทธิว 23:15

แดดยามบ่ายแผดจ้าเหนือไนโรบี
ฝูงชนรวมตัวกันในทุ่งโล่ง ธงปลิวไสว เสียงเพลงดังกระหึ่ม
และบรรยากาศเต็มไปด้วยเสียงตะโกนฮาเลลูยาห์
แสงไฟบนเวทีส่องประกายจากเครื่องดนตรีขัดเงา ขณะที่ผู้หญิงคนหนึ่งก้าวออกมาข้างหน้า
ถือไมโครโฟนไว้ในมือ เสียงของเธอดุดันและเปี่ยมไปด้วยความปรารถนาอย่างแรงกล้า

“ถ้าเธอต้องการพระเยซูในชีวิต” เธอร้อง
“มาเดี๋ยวนี้! อย่าปล่อยให้โชคชะตาของเธอต้องล่าช้า!”

ฝูงชนโห่
ร้อง เสียงกลองดังสนั่น ผู้คนมากมายกรูกันขึ้นไปบนเวที ร้องไห้ ยกมือขึ้น
ตัวสั่นด้วยอารมณ์

หนึ่งในนั้นมี **อนิตา วัมบุย** นักศึกษาสาวผู้มีสายตาเฉียบแหลม
เธอกำลังต่อสู้กับภาวะซึมเศร้า ความอกหัก และคำถามที่บทเรียนใดก็ไม่สามารถตอบได้
บ่ายวันนั้น เธอวิ่งไปข้างหน้า น้ำตาไหลรินอย่างไม่ขาดสาย

ที่ปรึกษาโอบกอดเธอสั้นๆ กระซิบว่า “ยินดีต้อนรับสู่ครอบครัว”
และยกมือขึ้นต่อ ไม่มีใครถามชื่อเธอ ไม่มีใครถามเรื่องราวของเธอ

คืนนั้นเธอกลับบ้านพร้อมกับแผ่นพับเล็กๆ เล่มหนึ่งที่เขียนว่า *“ตอนนี้คุณรอดแล้ว”*
หัวใจของเธอเต้นระรัวด้วยความหวัง *บางทีครั้งนี้อาจจะแตกต่างออกไป*

แต่หนึ่งเดือนต่อมา การประกาศศาสนาอีกครั้งก็มาถึง
นักเทศน์คนอื่น เสียงเรียกที่ต่างออกไป ฝูงชนเดิม อารมณ์เดิม
และอีกครั้งที่อนิตาวิ่งไปข้างหน้า — ร้องไห้ สำนึกผิด และกลับมาอุทิศตนอีกครั้ง

“อีกดวงหนึ่งเพื่อพระเยซู!” นักเทศน์ตะโกน
ฝูงชนโห่ร้อง กล้องถ่ายภาพ แฮชแท็กติดเทรนด์

ไม่มีใครจำเธอได้จากสงครามครูเสดครั้งล่าสุด

สัปดาห์กลายเป็นเดือน
ห้าคริสตจักรที่แตกต่างกัน ห้า “ความรอด” ที่แตกต่างกัน
เสียงเรียกจากแท่นบูชาที่แตกต่างกันห้าครั้ง

ทุกครั้งที่เธอถูกบอกว่า "ตอนนี้เธอเป็นคนใหม่แล้ว อดีตของเธอหายไปแล้ว"
แต่เธอยังคงคิดถึงอดีตอยู่ที่บ้าน

คืนอันโดดเดี่ยวหวนคืน ราคะ
ราคะรัดแน่น บาดแผลเก่าๆ กลับมาอีกครั้ง เธอสวดภาวนา อดอาหาร และสารภาพบาป
แต่ไม่มีอะไรเปลี่ยนแปลง

“พวกเขาบอกฉันว่าฉันได้เกิดใหม่แล้ว...”
เธอพูดกระซิบในคืนหนึ่งขณะจ้องมองเพดาน “แต่ทำไมฉันถึงยังร้องไห้ทุกคืน
ทำไมฉันถึงรู้สึกโดดเดี่ยวมากขนาดนี้”

ในโบสถ์แห่งหนึ่ง พวกเขาแต่งตัวให้เธอเพื่อเข้าร่วมทีมละคร
อีกโบสถ์หนึ่ง พวกเขาให้บทกลอนบทหนึ่งแก่เธอเพื่อท่องจำ อีกโบสถ์หนึ่ง
ผู้นำคนหนึ่งบอกเธอว่า "แค่สวดภาวนาให้หนักขึ้น — แล้วคุณจะรู้สึกดีขึ้น"

ไม่มีใครสังเกตเห็นความตื่นตระหนกเบื้องหลังรอยยิ้มของเธอ
ไม่มีใครเห็นการต่อสู้ในแววตาของเธอ

เบื้องหลังประตูที่ปิดสนิท เธอต่อสู้กับ:

- **ความใคร่** ที่แผดเผาในทุกค่ำคืนอันเงียบเหงา
- **ความกลัว** ที่กระซิบมาว่าเธอไม่เพียงพอ
- **บาดแผล** จากการถูกทำร้ายที่เธอไม่เคยบอกใครเลย
- **ข่าวซุบซิบ** ที่ทำให้เธอโดดเดี่ยว
- **สงสัย** ว่าพระเจ้าช่วยเธอไว้จริงหรือเปล่า

ห้าคริสตจักร
ห้าเสียงเชียร์ ห้าการกอดตื้น ๆ แต่ไม่มีสาวกแม้แต่คนเดียว

คืนหนึ่งระหว่างการแสดงละครที่โบสถ์
อนิตาก็ร้องไห้โฮออกมาหลังเวทีอย่างไม่สามารถควบคุมได้

นักแสดงคนหนึ่งมองมาด้วยความสับสน

"เกิดอะไรขึ้น"
"ฉันไม่รู้ว่าฉันเป็นใครอีกแล้ว" เธอสะอื้น "ข้างในใจฉันแตกสลายเหลือเกิน"

นักแสดงลังเลใจแล้วพูดเบาๆ ว่า

"แค่สวดภาวนาเป็นภาษาแปลกๆ หน่อยสิน้องสาว"

เธอพยายามแล้ว —
แต่คำพูด กลับ ว่างเปล่า

คืนนั้น ขณะที่พิธีสิ้นสุดลงด้วยเสียงปรบมือและแสงไฟ
อนิตาเดินออกไปทางประตูข้างอย่างเงียบๆ โดยไม่มีใครสังเกตเห็น ไม่เห็น
และทำอะไรไม่ถูก

ข้างนอกฝนเริ่มตก
เสียงฝูงชนดังก้องอยู่ข้างหลังเธอแผ่วเบา — คำชมเชยที่ไร้ซึ่งการปรากฏตัว
การเฉลิมฉลองที่ไร้ซึ่งการเชื่อมโยง

ท่ามกลางเสียงแห่งการฟื้นฟู เธอหลงทางในความเงียบงันแห่งความละเลย
แท่นบูชาเรียกหาเธอ แต่ไม่มีใครตามเธอกลับบ้าน

เสียงของพระเยซู (อ่อนโยน ลึก):

"คุณรวบรวมพวกมันได้อย่างรวดเร็ว — แต่คุณไม่เคยเดินช้าๆ กับพวกมัน
คุณให้แสงสว่างแก่พวกมัน — แต่ไม่ได้ให้ราก"

ขณะที่อนิตาหายลับไปในสายฝน
ภายในโบสถ์ จอภาพก็สว่างวาบขึ้น

'คริสตจักรเส้นทางแห่งเกียรติยศ – ช่วยชีวิต 5,000 ดวงในเดือนนี้!'

แต่การนับสวรรค์บอกเล่าเรื่องราวอีกเรื่องหนึ่ง

"พระเยซูทรงยืนเคาะประตู
คอย และร้องไห้"

นี่คือจุดเริ่มต้นของทุกสิ่ง
เรื่องราวของวิญญาณที่ได้พบกับพระเยซูถึงห้าครั้ง แต่ไม่เคยได้พบกับสาวกแม้แต่ครั้งเดียว

เรื่องราวของคริสตจักรที่ดำเนินไปอย่างรวดเร็ว
และพระผู้ช่วยให้รอดที่ยืนนิ่งอยู่

เรื่องราวการ *รอด…แต่กลับหลงหาย*

วิธีการใช้งานซีรีย์นี้

ซีรีส์นี้เป็นทั้ง **เรื่องราวและการเดินทางของสาวก**
คุณสามารถใช้เป็น:

1. **ภาพยนตร์ซีรีส์** – รับชมภาพยนตร์แต่ละตอนทั้ง 12 ตอน สัปดาห์ละตอน ไตร่ตรองและอภิปรายโดยใช้คำถามและคำอธิษฐานที่แนบมา
2. **หนังสือสวดมนต์** – อ่านสัปดาห์ละตอนหรือวันละตอน ใคร่ครวญพระคัมภีร์ ไตร่ตรองผ่านพระธรรมทูตเชิงลึก และปิดท้ายด้วยการอธิษฐานและคำประกาศ
3. **หลักสูตรการสร้างสาวก** – สำหรับกลุ่มเล็ก คริสตจักร หรือพันธกิจ แต่ละตอนจะจบลงด้วยคำถามกระตุ้นและคำอธิษฐานกลุ่ม
4. **ซีรีส์สื่อ** – ใช้วิดีโอสะท้อนความคิดของ Ambassador Monday และ Comfort Ogbe
เป็นบทอธิษฐานประจำสัปดาห์บนโซเชียลมีเดียหรือในการออกอากาศของกระทรวง

การไหลที่แนะนำรายสัปดาห์

วัน	จุดสนใจ
วันที่ 1	ชม/อ่านตอน (เนื้อเรื่อง + พระคัมภีร์)
วันที่ 2	สะท้อนถึงข้อมูลเชิงลึกของทูต
วันที่ 3	อธิษฐานและ ประกาศ
วันที่ 4–5	พูดคุยและสมัครกับกลุ่มหรือครอบครัวของคุณ

วัน	จุดสนใจ
วันที่ 6	ทำหน้าที่หรือเป็นพยานให้ใครบางคนใช้บทเรียนของสัปดาห์นั้น
วันที่ 7	พักผ่อนและฟัง – บันทึกสิ่งที่พระเจ้าตรัส

การเดินทางร่วมกับการเคลื่อนไหวระดับโลก

เข้าร่วมกับผู้เชื่อคนอื่นๆ ทั่วโลกโดยเชื่อมต่อผ่าน:

www.otakada.org
#SavedButLostSeries #DiscipleshipNotDecision #GodsEagleMinistries
สมัครสมาชิกเพื่อรับข้อคิดเห็นรายสัปดาห์โดย Ambassador Monday & Comfort Ogbe

ผ่านลิงก์ YouTube นี้ -
https://www.youtube.com/@AmbassadorMondayogbe
ตอนต่อๆ ไปทั้งหมดจะอยู่ในช่องนี้

วิดีโอ Anchor **ของ** "Saved but Lost" ลิงก์ YouTube -
https://youtu.be/qjewKKJLSKQ?si=hiblhmr9O75rmmqK

มูลนิธิมหาบัญญัติ

มัทธิว 28:18–19 (KJV)

"เพราะฉะนั้น พวกท่านจงออกไปสั่งสอนชนทุกชาติ
ให้รับบัพติศมาในพระนามแห่งพระบิดา พระบุตร และพระวิญญาณบริสุทธิ์"

นี่ไม่ใช่การเรียกร้องให้นับผู้เปลี่ยนใจเลื่อมใส แต่เป็นการให้ศิษย์ของประชาชาติ

การแนะนำ

ทุ่งกว้างใหญ่ใต้แสงตะวันแห่งแอฟริกา ผู้คนนับไม่ถ้วนยกมือยอมแพ้
น้ำตาไหลอาบใบหน้า เหล่าศิษยาภิบาลตะโกนว่า
"จิตวิญญาณอีกดวงหนึ่งได้รับความรอดแล้ว!" กล้องถ่ายภาพ แฟลช
แฮชแท็กกำลังเป็นกระแส
แต่ในเงามืด — หญิงสาวคนหนึ่งยืนอยู่คนเดียว
ดวงตาของเธอมองหาใครสักคนที่จะเดินเคียงข้างเธอ แต่ไม่มีใครมา เธอชื่อ **อนิตา**
นี่ไม่ใช่เรื่องแต่ง — มันคือกระจกเงา

"ทั่วทั้งทวีป เราได้ทำให้การเปลี่ยนใจเลื่อมใสสมบูรณ์แบบ แต่กลับละเลยการสานต่อ
เราได้สร้างเวทีสำหรับการตัดสินใจ แต่กลับมีโต๊ะสำหรับการสร้างสาวกเพียงไม่กี่ตัว
เราได้เติมเต็มอาคารของเรา แต่กลับทำให้หัวใจว่างเปล่า"

คริสตจักรสมัยใหม่มีเสียงดัง รวดเร็ว และงดงาม แท่นบูชาเรียกหาน้ำท่วม
แสงไฟระยิบระยับ
แต่ภายใต้เสียงปรบมือนั้นซ่อนความเจ็บปวดเงียบงันไว้ — ศรัทธาที่ไร้รากฐาน ผู้เชื่อที่ไร้ซึ่งสาวก และจิตวิญญาณที่แตกสลาย
หลายคน เช่นเดียวกับอนิตา *"ได้รับความรอดแต่หลงหาย"* —
ได้รับการแนะนำให้รู้จักพระเยซู แต่ไม่ได้รับเชิญให้ร่วมเดินทางไปกับพระองค์

หนังสือเล่มนี้เกิดจากน้ำตา ไม่ใช่ทฤษฎี
ทุกครั้งที่ผมได้เห็นการฟื้นฟู ผมเห็นการตัดสินใจเพิ่มขึ้น แต่สาวกกลับลดน้อยลง
พระวิญญาณบริสุทธิ์ทรงถามผมคำถามหนึ่งว่า
'วันจันทร์ พวกเขารอดพ้นจากบาปหรือเพียงเพราะความเบื่อหน่าย?'
คำถามนี้ทำให้ผมสั่นสะท้าน และเป็นจุดเริ่มต้นของการเดินทางครั้งนี้

ดูเถิด เรายืนเคาะอยู่ที่ประตู
เจ้าสร้างกำแพงใหญ่โต แต่กลับลืมทางเข้า ขอเราเข้าไปอีกครั้งเถิด — ไม่ใช่เพื่อนับ แต่เพื่อสนทนากัน

จากไนโรบีถึงนิวยอร์ก จากเซาเปาโลถึงโซล — ผู้คนนับล้านมีชื่อว่า "คริสเตียน" แต่กลับต้องดิ้นรนกับการเสพติดที่เป็นความลับ ความเจ็บปวด และความสับสนเกี่ยวกับศรัทธา พวกเขาได้ **รับการแนะนำให้รู้จัก กับความรอด** ไม่ใช่ **การริเริ่มในการเปลี่ยนแปลง**

ในคริสตจักรหลายแห่ง การประกาศข่าวประเสริฐได้เข้ามาแทนที่ความสัมพันธ์ การเติบโตได้เข้ามาแทนที่พระคุณ และผู้ที่กลับใจใหม่ไม่เคยหยั่งรากลึก แต่กลับลอยเคว้งคว้างไปตามพายุ

"หนังสือเล่มนี้ไม่ใช่การกล่าวโทษ แต่มันคือเสียงปลุกให้ตื่น มันคือกระจกเงาสำหรับศิษยาภิบาล เป็นแผนที่สำหรับสาวก และเป็นเสียงร้องทูลขอความเมตตาจากสวรรค์"

ทำไม:

Saved But Lost เป็นมากกว่าเรื่องราว — มันคือกระจกเงาแห่งการพยากรณ์ เปรียบเสมือนอุปมาอุปไมยภาพยนตร์ในยุคสมัยของเรา มันถามเราทุกคนว่า: "เราสร้างสาวกอย่างแท้จริงหรือ... หรือแค่การตัดสินใจ?" "เราเดินเคียงข้างพวกเขา หรือโบกมือให้พวกเขา?" "เราสร้างรากฐานที่ลึกซึ้ง หรือแค่สร้างรากฐานที่กว้างใหญ่?"

"วิกฤตการณ์ใหญ่ที่สุดในคริสตจักรไม่ใช่การผิดศีลธรรม แต่มันคือความไม่เป็นผู้ใหญ่ และทางแก้เดียว...คือการเป็นสาวก"

คำเชิญ:

“จงติดตามเรามา… ไม่ใช่แค่ไปที่แท่นบูชาเท่านั้น แต่ผ่านหุบเขาด้วย”

“มาสิ เดินกับอนิตา เดินกับเอสเธอร์ เดินกับรูธ
มองตัวเองในเส้นทางของพวกเขา และเมื่อเรื่องราวจบลง
ขอให้เรื่องราวของคุณเริ่มต้นขึ้น”

เสียง: เสียงร้องที่ค่อยๆ เบาลง; เสียงหัวใจเต้นเบาๆ;
แสงอรุณรุ่งเหนือเส้นขอบฟ้าเมืองไนโรบี

คำเชิญของผู้อ่าน:

หลังจากอ่านแล้ว ให้ก้าวไปสู่ขั้นตอนถัดไป:
ร่วมเดินทาง 40 วันกับพระเยซู – ซีรีส์ 1

หรือใช้ลิงก์นี้ - https://www.otakada.org/get-free-40-days-online-discipleship-course-in-a-journey-with-jesus/

ต่อด้วย DNA ของความเป็นสาวก – ซีรีส์ 2

หรือใช้ลิงก์นี้ - https://www.otakada.org/get-free-40-days-dna-of-discipleship-journey-with-jesus-series-2/

เอกอัครราชทูต Monday O. Ogbe (ปิดท้าย):

“นี่ไม่ใช่แค่เรื่องเล่า แต่มันคือคำเรียก
เพราะพระเยซูยังคงเคาะประตูอยู่…และครั้งนี้ พระองค์กำลังเรียกหารากเหง้า”

บทที่ 1 - *ภาพลวงตา*

ลูกา 10:38–41 | *มัทธิว 23:15* | *วิวรณ์ 2:4–5*

โบสถ์กลอรีพาธเปล่งประกายดุจเพชรเม็ดงามใจกลางกรุงไนโรบี ผนังกระจกสะท้อนแสงแดด กระจายแสงออกเป็นชิ้นเล็กชิ้นน้อยนับพัน กระจายไปทั่วพื้นขัดเงา บรรยากาศอบอวลไปด้วยความตื่นเต้น ขณะที่ผู้คนห้าพันคนเบียดเสียดกันเข้ามาด้านหน้า เสียงของพวกเขาดังก้องกังวานด้วยความเคารพบูชาภายใต้แสงเทียนที่ส่องประกายระยิบระยับ

ศิษยาภิบาลเอสเธอร์ มวังกิ ยืนอยู่ที่ธรรมาสน์ เธอเปล่งประกาย สง่างาม อายุ 42 ปี และเปี่ยมด้วยความกระตือรือร้น คำเทศนาของเธอร้อนแรง แท่นบูชาของเธอโด่งดัง ทุกวันอาทิตย์เป็นวันที่งดงามตระการตา มือยกขึ้น น้ำตาไหลริน เสียงตะโกน "ฮาเลลูยาห์!" ดังก้องไปทั่วห้องโถง มันคือการฟื้นฟู หรืออย่างน้อยก็ดูเหมือนจะเป็นเช่นนั้น

เหนือเธอขึ้นไปมีจอภาพขนาดใหญ่แสดงคำขวัญของโบสถ์:

"ศรัทธาอย่างรวดเร็ว: ไม่มีความล่าช้าในโชคชะตา"

#GlorySaved ติดเทรนด์ บนโซเชียลมีเดีย ทุกสัปดาห์ มีการถ่ายทอดสดการเรียกหาแท่นบูชาแต่ละครั้ง และบันทึกการตัดสินใจทุกครั้ง จำนวนผู้เข้ารับคำอธิษฐานเพิ่มขึ้นทุกวันอาทิตย์ และงานรับใช้ของเอสเธอร์ก็พุ่งสูงขึ้น

ท่ามกลางฝูงชนมีหญิงสาวคนหนึ่งชื่อ **อนิตา วัมบุย** นักศึกษาสาวตาคมผู้มีคำถามลึกซึ้งเกินกว่าจะตอบได้อย่างรวดเร็ว เธอเติบโตมาในความเงียบและเงามืด แบกรับบาดแผลที่ไม่มีใครเห็น เมื่อเธอได้ยินบาทหลวงเอสเธอร์ร้องว่า "จงมาหาพระเยซูเดี๋ยวนี้ อดีตของเธอจะจบลงวันนี้!" หัวใจของอนิตาเต้นแรง

เท้าของเธอก้าวไปข้างหน้าอย่างไม่หยุดยั้ง เธอวิ่งไปข้างหน้า น้ำตาไหลริน มือทั้งสองข้างยกขึ้น

พวกเขาสวดภาวนาให้เธอ กล้องก็เปิดแฟลช อัชเชอร์ก็นับ

"จิตวิญญาณอีกดวงหนึ่งได้รับชัยชนะเพื่อพระคริสต์!"

เสียงปรบมือดังกึกก้องไปทั่วห้องโถง
อนิตายิ้มจางๆ เป็นครั้งแรกในรอบหลายเดือนที่เธอรู้สึกว่ามีคนมองเห็น

แต่เมื่อพิธีสิ้นสุดลง เธอก็พบว่าตัวเองอยู่คนเดียวอีกครั้ง ไม่มีใครติดตาม ไม่มีเพื่อน ไม่มีใครถามเรื่องราวของเธอ

หนึ่งสัปดาห์ต่อมา ความสดใสก็จางหายไป ความหดหู่คืบคลานกลับมา เธอสวดมนต์ ร้องไห้ และสำนึกผิดอีกครั้ง แต่ไม่มีอะไรเปลี่ยนแปลง

จากนั้นก็มีการฟื้นฟูอีกครั้ง นักเทศน์คนใหม่ เสียงที่ดังกว่าเดิม อนิตาไปอีกครั้ง หวังว่าครั้งนี้จะคงอยู่ต่อไป น้ำตาเดิม คำพูดเดิม เสียงปรบมือเดิม

"คุณเป็นสิ่งสร้างใหม่!" พวกเขาตะโกน

เธอเชื่ออย่างนั้นอยู่สองสามวัน
จากนั้นเธอก็กลับไปจมอยู่กับนิสัยเก่าๆ ความคิดเก่าๆ และความเจ็บปวดเดิมๆ

ห้าโบสถ์ต่อมา อนิตาได้รับการ "ช่วยเหลือ" ห้าครั้ง
แต่ละครั้งก็มีฝูงชนกลุ่มใหม่ปรบมือ แต่ละครั้งเธอได้รับการยกย่อง —
แต่ไม่เคยได้รับการสร้างสาวก

ไม่มีใครถามว่า "คุณเข้าใจความรอดไหม"
ไม่มีใครเดินไปกับเธอผ่านความเจ็บปวดที่เธอแบกรับจากการถูกทารุณกรรมในวัยเด็ก
ไม่มีใครสังเกตเห็นการต่อสู้ของเธอกับความใคร่ ความเหงา และการทำร้ายตัวเอง

พวกเขามอบเสื้อผ้าใหม่ให้เธอใส่ไปโบสถ์ สอนเธอท่องพระคัมภีร์
และเชิญเธอเข้าร่วมทีมละคร แต่ลึกๆ แล้ว อนิตากำลังคลี่คลาย

วันอาทิตย์หนึ่ง หลังเวทีก่อนการแสดง มือของเธอเริ่มสั่นอย่างควบคุมไม่ได้ แน่นหน้าอก
หายใจไม่ออก น้ำตาไหลพรากขณะที่เธอกระซิบกับเพื่อนนักแสดงว่า

"ฉันไม่รู้ว่าฉันเป็นใคร ข้างในฉันแตกสลายเหลือเกิน"

หญิงสาวจ้องมองเธออย่างว่างเปล่า

"แค่สวดภาวนาเป็นภาษาแปลกๆ หน่อยสิน้องสาว"

อนิตาพยายามแล้ว แต่คำพูดนั้นกลับดูว่างเปล่า

เสียงปรบมือจากเวทีดังสนั่นอีกครั้ง แต่ภายในใจเธอกลับพังทลายลง

ทุกสัปดาห์ โบสถ์จะเฉลิมฉลองจำนวนผู้ศรัทธา ทุกเดือน สถิติใหม่ๆ
จะปรากฏขึ้นบนหน้าจอ ดวงวิญญาณได้รับความรอด พิธีบัพติศมาได้รับการบันทึกไว้
แฮชแท็กกำลังเป็นกระแส

แต่พระเยซูทรงยืนเงียบ ๆ อยู่ด้านหลัง เคาะประตู
ไม่มีใครได้ยินเสียงพระองค์ท่ามกลางเสียงดนตรี

พวกเขามัวแต่ยุ่งอยู่กับการนับคะแนนจนลืมปลูกฝังความจงรักภักดี
กระตือรือร้นที่จะออกผลจนต้องปลูกลงบนพื้นคอนกรีต เช่นเดียวกับมาร์ธา พวกเขา
"วอกแวกกับการรับใช้มากมาย" ขาดเสียงแผ่วเบาที่กล่าวว่า

"แมรี่ได้เลือกสิ่งที่ดีกว่าแล้ว"

ในมุมมองของสวรรค์ เส้นทางแห่งเกียรติยศนั้นดังกึกก้องแต่ไม่กระตือรือร้น
ภาพลวงตาที่งดงามและคึกคัก — การฟื้นฟูที่ไร้รากฐาน

และอนิตาคือเหยื่อผู้เคราะห์ร้ายเงียบของเธอ

การสะท้อนกลับ

เรามักเปรียบเทียบความตื่นเต้นกับการพบปะ แต่อารมณ์ความรู้สึกไม่ใช่การเปลี่ยนแปลง
คริสตจักรในปัจจุบันต้องช้าลง การเรียกจากแท่นบูชาไม่ใช่เส้นชัย
แต่เป็นจุดเริ่มต้นของการเดินตลอดชีวิต

เมื่อเราเร่งเร้าผู้คนให้ไปสู่ความรอดโดยไม่ได้ร่วมเดินไปกับพวกเขาในภายหลัง
เราก็สร้างเด็กกำพร้าทางจิตวิญญาณ — ผู้เชื่อที่อ่อนไหวทางอารมณ์ไร้รากฐาน
ศัตรูไม่ได้กลัวการตัดสินใจ แต่เขากลัวการเป็นสาวก

เรื่องราวของอนิตาไม่ใช่ของเธอเพียงคนเดียว แต่เป็นเรื่องราวของเราด้วย
มีกี่คนที่เข้ามาทางประตูบ้านเราแล้วจากไปโดยไม่มีใครเห็นและไม่ได้รับอาหาร
มีกี่น้ำตาที่ได้รับเสียงปรบมือแต่ไม่มีใครรับฟัง

การฟื้นฟูไม่ได้เกี่ยวกับฝูงชน แต่เกี่ยวกับพระคริสต์ที่ก่อตัวขึ้นภายในเรา

กุญแจพระคัมภีร์

*"มาร์ธา มาร์ธา เจ้ามีความกังวลและวิตกกังวลด้วยหลายสิ่งหลายอย่าง
แต่มีสิ่งหนึ่งที่จำเป็น..."* — **ลูกา 10:41–42**

*"ท่านเดินทางทั้งทางบกและทางน้ำเพื่อชักชวนคนให้กลับใจเพียงคนเดียว
แต่เมื่อท่านประสบความสำเร็จแล้ว ท่านก็ทำให้พวกเขาเป็นเด็กนรกสองเท่าของท่าน"* —
มัทธิว 23:15

"เจ้าได้ละทิ้งความรักแรกของเจ้าแล้ว จงระลึกถึงความสูงส่งที่เจ้าได้ตกลงมา..." —
วิวรณ์ 2:4–5

ความท้าทายการกระทำ

ช้าลงหน่อย

มองหาใครสักคนในสัปดาห์นี้ที่มาหาพระคริสต์ และเดินไปกับพวกเขา

ถามเรื่องราวของพวกเขา ฟังเสียงหัวใจของพวกเขา จงเป็นมือที่พระเยซูจะยื่นออกไป

การฟื้นคืนชีพเริ่มต้นเมื่อเราเลือกความลึกเหนือการแสดงผล

บทที่ 2 - *เสียงเคาะ*

วิวรณ์ 3:20 | *ลูกา 10:38–42* | *ยอห์น 10:27*

เมืองในโรบีเปล่งประกายระยิบระยับภายใต้ท้องฟ้ายามเย็น
ภายในหอประชุมของมหาวิทยาลัย ผู้คนหลายร้อยคนมารวมตัวกัน แสงไฟกระพริบ
เสียงเพลงดังกระหึ่มไปทั่วกำแพง การฟื้นฟูอีกครั้ง อีกหนึ่งคำมั่นสัญญาแห่งความก้าวหน้า

อนิตานั่งอยู่ด้านหลัง มือประสานกัน ดวงตาอ่อนล้า
เธอร้องไห้ออกมาจนน้ำตาไหลออกมาไม่หยุด รอบตัวเธอ นักเรียนต่างเต้นรำ ตะโกน
และยกมือขึ้น แต่ภายในใจเธอกลับรู้สึกชาไปหมด

ข้างหน้าวงดนตรีเล่นเสียงดังขึ้น เสียงร้องดังขึ้นเป็นจังหวะที่ดังขึ้นเรื่อยๆ —
"นี่คือช่วงเวลาของคุณ! ปาฏิหาริย์ของคุณ! โชคชะตาของคุณ!"

ทว่าท่ามกลางเสียงดนตรี เสียงกระซิบที่แผ่วเบาแต่ชัดเจนก็เริ่มดังขึ้น

"ดูเถิด... เรายืนที่ประตู... และเคาะ"

เสียงปรบมือกลบเสียงนั้นไป
แต่สวรรค์ไม่ได้ปรบมือ สวรรค์ต่างหากที่เรียกหา

ระหว่างช่วงให้การเป็นพยาน หญิงสาวคนหนึ่งยืนขึ้น
เธอไม่ได้อยู่ในรายการ เธอไม่มีตำแหน่งใดๆ ชื่อของเธอคือ **รูธ** —
ที่ปรึกษาที่เงียบขรึมและถ่อมตัวในมหาวิทยาลัย
เป็นที่รู้จักในเรื่องการอธิษฐานมากกว่าการแสดงบนเวที

เสียงของเธอสั่นเครือ แต่ดวงตาของเธอกลับเป็นประกาย

วิวรณ์ 3:15 กล่าวว่า "เจ้าไม่เย็นไม่ร้อน ฉะนั้นเราจะคายเจ้าออก"

ห้องเริ่มเงียบลง
บางคนจ้องมอง บางคนกระซิบ

รูธพูดต่อว่า "พระเยซูกำลังเคาะประตู แต่ทางลัดของเรากลับปิดกั้นพระองค์!"

เสียงกระซิบกระซาบดังไปทั่วฝูงชน ไฟกระพริบเล็กน้อย แม้แต่ทีมดนตรีก็ยังชะงัก

"เราทำให้มันรวดเร็วและฉูดฉาด" รูธกล่าว "แต่ยังไม่ซื่อสัตย์
เรานับมือแต่ยังไม่นับหัวใจ เราเติมเต็มแท่นบูชาแต่ยังไม่เติมเต็มชีวิต"

ชั่วขณะหนึ่ง ห้องโถงรู้สึกเหมือนถูกแขวนไว้กับกาลเวลา
บรรยากาศอบอวลไปด้วยความรู้สึกหนักอึ้ง ไม่ใช่เพราะความตื่นเต้นเร้าใจ
แต่เพราะความเชื่อมั่น

ในชั่วโมงเดียวกันนั้น **ศิษยาภิบาลเอสเธอร์ มวังกิ** นั่งอยู่หลังเวที
โดยได้รับเชิญให้เป็นนักเทศน์รับ
เชิญ เธอยิ้มตลอดพิธี ปรบมือให้กับคำพยาน และแม้กระทั่งซ้อมคำเทศน์เป็นครั้งสุดท้าย
แต่บัดนี้ ขณะที่รูธกำลังพูด มือของเธอเริ่มสั่น

บทกวีข้อหนึ่งดังก้องอยู่ในใจของเธอ —
เป็นบทที่เธอเคยเทศนามาก่อนแต่ไม่เคยทำตามเลย:

"แต่มีสิ่งเดียวเท่านั้นที่จำเป็น... มารีย์ได้เลือกสิ่งที่ดีกว่า" (ลูกา 10:42)

ชีพจรของเธอเต้นเร็วขึ้น เธอหลับตาลง
ในภาพนิมิต เธอเห็นโบสถ์ของเธอเอง ฝูงชนโห่ร้อง ยกมือขึ้น
ใบหน้าเปล่งประกายภายใต้แสงไฟสปอตไลท์ แต่แล้ว ใบหน้าเหล่านั้นก็ค่อยๆ
เลือนหายไปทีละคน แสงไฟสลัวลง เวทีแตกร้าว
และเบื้องหลังเธอ เธอเห็นประตูบานหนึ่ง
และมือเคาะประตู

หลังพิธีเสร็จสิ้น รูธเก็บพระคัมภีร์อย่างเงียบ ๆ แล้วเดินออกจากห้องโถง อนิตาเดินตามเธอมาแต่ไกล เธออยากจะพูด — อยากถามอะไรสักอย่าง — แต่หาคำพูดไม่ได้

ขณะเดียวกันนั้นเอง ในห้องพักโรงแรมของเธอที่อยู่อีกฟากของเมือง
บาทหลวงเอสเธอร์นั่งเงียบๆ อยู่คนเดียว
ไม่มีคณะนักร้องประสานเสียง ไม่มีกล้อง ไม่มีเสียงปรบมือ

เธอพูดกระซิบจนเกือบจะตัวสั่น

"ท่านลอร์ด...ทั้งหมดนี้มันไร้ประโยชน์หรือ?"

ไม่มีคำตอบมา — มีเพียงบทเดียวกันนี้:

"แมรี่ได้เลือกสิ่งที่ดีกว่าแล้ว"

เอสเธอร์ร้องไห้เป็นครั้งแรกในรอบหลายปี ไม่ใช่เพื่อฝูงชน แต่เพื่อตัวเธอเอง

ภาพลวงตาแตกสลาย เสียง
ปรบมือเงียบลง และสวรรค์กำลังเคาะประตู

ไม่ใช่เพื่อตำหนิ แต่เพื่อเข้ามา

การสะท้อนกลับ

การฟื้นฟูทุกครั้งจะมาถึงช่วงเวลาที่สวรรค์เข้ามาแทรกแซง
เมื่อพระเจ้าทรงลดระดับเสียงของเราลง เพื่อให้เราได้ยินเสียงกระซิบของพระองค์

เช่นเดียวกับเอสเธอร์ ผู้นำหลายคนในปัจจุบันมีความจริงใจ มีความกระตือรือร้น มีพลัง และเปี่ยมล้นด้วยความกระตือรือร้น แต่ความกระตือรือร้นที่ปราศจากความลึกซึ้ง ย่อมก่อให้เกิดเสียงดังโดยไม่มีการเปลี่ยนแปลง คริสตจักรต้องค้นพบ **เสียงเบื้องหลังเสียงนั้น อีกครั้ง** นั่นคือเสียงกระซิบเบื้องหลังการนมัสการ

เมื่อพระเยซูเคาะประตู พระองค์ไม่ได้กำลังมองหาเวที แต่พระองค์กำลังมองหาที่นั่งที่โต๊ะ

อันตรายที่ยิ่งใหญ่ที่สุดของเราไม่ใช่บาป
แต่เป็นการทดแทนด้วยการทำความดีแทนที่จะทำตามสิ่งที่พระเจ้าทำ

พระองค์กำลังเคาะอีกครั้ง — ไม่ใช่เพราะจำนวนของเรา แต่เพราะความใกล้ชิดของเรา

กุญแจพระคัมภีร์

"ดูเถิด เรายืนเคาะอยู่ที่ประตู ถ้าใครได้ยินเสียงของเราและเปิดประตู เราจะเข้าไปและรับประทานอาหารกับเขา และเขาจะรับประทานอาหารกับเรา" — **วิวรณ์ 3:20**

"แกะของเราฟังเสียงของเรา และเรารู้จักแกะเหล่านั้น และแกะเหล่านั้นก็ติดตามเรา" — **ยอห์น 10:27**

"มารีย์ได้เลือกสิ่งที่ดีกว่าแล้ว และจะไม่มีใครพรากสิ่งนั้นไปจากเธอได้" — **ลูกา 10:42**

ความท้าทายการกระทำ

ก่อนพูดแทนพระเจ้า จงนั่งกับพระองค์
ก่อนสร้างบ้านของพระองค์ จงให้พระองค์สร้างจิตใจของคุณ
หยุดสัปดาห์นี้และถามตัวเองว่า

"พระเจ้าข้า ข้าพระองค์เคาะดังกว่าพระองค์หรือไม่?"

แล้วฟังสิ เขายังพูดอยู่
เขายังเคาะอยู่

บทที่ 3 - วิกฤตการณ์

มัทธิว 23:15 | วิวรณ์ 3:16 | ยอห์น 15:8

เช้าวันรุ่งขึ้นหลังจากการฟื้นฟู เมืองก็ตื่นขึ้นมาพบกับ
สายฝน ถนนในไนโรบีระยิบระยับภายใต้เมฆสีเทา และกลิ่นดินชื้นอบอวลไปทั่ว
ในร้านกาแฟเล็กๆ ใกล้มหาวิทยาลัย อนิตานั่งอยู่คนเดียว
นิ้วมือสั่นไหวอยู่บนแป้นพิมพ์แล็ปท็อป กาแฟเย็นลงแล้ว
ดวงตาของเธอบวมเป่งจากการร้องไห้

เป็นเวลาหลายวันที่เธอทบทวนคำพูดของรูธ:

"พระเยซูกำลังเคาะประตู... แต่ทางลัดของคุณกลับปิดกั้นพระองค์ออกไป"

แต่ละพยางค์บาดลึกถึงหัวใจของเธอ ไม่ใช่ที่โบสถ์ แต่ที่หัวใจของเธอเอง
เธอเคยผ่านพ้นทางลัดเหล่านั้นมาแล้ว เธอคือเหยื่อของความเร่งรีบนั้น

แล้วเธอก็เริ่มเขียน

ถ้อยคำของเธอหลั่งไหลออกมาเหมือนคำสารภาพ — ดิบ สั่นสะท้าน และเป็นความจริง:

"ฉันมอบชีวิตของฉันให้กับพระคริสต์
แต่ไม่มีใครช่วยให้ฉันดำเนินชีวิต ฉันร้องไห้ที่แท่นบูชา แต่ไม่มีใครเดินเคียงข้างฉัน
ฉันได้รับการเฉลิมฉลอง แต่ไม่เคยมีใครดูแล พวกเขาบอกให้ฉันตะโกนชัยชนะ
ในขณะที่ฉันจมอยู่ในบาปอย่างเงียบๆ"

เธอหยุดไปครู่หนึ่ง น้ำตาไหลลงบนแป้นพิมพ์
แล้วเธอก็เขียนหัวข้อว่า:

ได้รับการช่วยเหลือแต่ ถูก ลืม

เธอ กด *เผยแพร่*

ภายในไม่กี่ชั่วโมง เรื่องราวของเธอแพร่กระจายออกไป เริ่มจากกลุ่ม WhatsApp ตามด้วยฟอรัมของโบสถ์ และทั่วประเทศ พอพระอาทิตย์ตกดิน #SavedButForgotten ก็ติดเทรนด์ทั่วเคนยา พอเช้าก็ไปถึงยูกันดา กานา และแอฟริกาใต้

ศิษยาภิบาลแบ่งปันเรื่องนี้ บางคนโกรธ บางคนเงียบ เหล่าผู้เชื่อรุ่นใหม่โพสต์ซ้ำพร้อมกระซิบว่า

"นั่นคือฉัน"

บางคนเยาะเย้ยเธอ โดยบอกว่าเธอเป็นคนดื้อรั้น คนอื่น ๆ ร้องไห้ — เพราะพวกเขาเห็นภาพสะท้อนของตัวเองในความเจ็บปวดของเธอ

ที่โบสถ์กลอรีพาธ เจ้าหน้าที่ต่างยืนเบียดเสียดกันอย่างสับสน โทรศัพท์ดังกึกก้อง กล่องข้อความ เต็มไปหมด มีคนปริ้นท์บล็อกออกมาวางไว้บนโต๊ะทำงานของบาทหลวงเอสเธอร์

เธออ่านบรรทัดแรกหนึ่งครั้ง จากนั้นสองครั้ง แล้วเธอก็หยุดหายใจ

"ฉันมอบชีวิตของฉันให้กับพระคริสต์... แต่ไม่มีใครช่วยให้ฉันดำเนินชีวิตได้"

หัวใจของเธอเต้นแรง เสียงเดียวกันจากคำพยานของรูธก็กลับมาอีกครั้ง:

"คุณไม่หนาวและไม่ร้อน..."

เธอพยายามจะอธิษฐาน แต่กลับมีน้ำตาออกมาแทน

ผู้ช่วยของเธอรีบเข้ามา:

“ท่านบาทหลวง เราต้องการแถลงการณ์ต่อสื่อมวลชน!”

เอสเธอร์กระซิบเบาๆ จนแทบไม่ได้ยิน

“ไม่ เราต้องกลับใจ”

ทั่วไนโรบี ผู้ประกาศข่าวโทรทัศน์ต่างถกเถียงกันเกี่ยวกับโพสต์ดังกล่าว "คริสตจักรล้มเหลวต่อคนรุ่นต่อไปหรือเปล่า" มีผู้ถาม ผู้โทรเข้ามาเล่าเรื่องราวมากมาย ทั้งคนที่ใจสลาย บอบช้ำ และเงียบงัน

ในหอพักแห่งหนึ่ง นักเรียนได้ร่วมกันอ่านคำภาวนาของอนิตาออกมาดังๆ ในอีกหอพักหนึ่ง พวกเขาได้ก่อตั้งกลุ่ม WhatsApp ชื่อว่า *'The Forgotten Flock'*

สิ่งที่เริ่มต้นจากการสารภาพบาปกลายมาเป็นการเคลื่อนไหว

และสวรรค์ก็เฝ้าดูอยู่

คืนนั้น ศิษยาภิบาลเอสเธอร์นั่งอยู่คนเดียวในห้องทำงานของเธอ ไฟดับ เสียงข้างนอกก็เงียบลง บนโต๊ะทำงานของเธอมีพระคัมภีร์เปิดอยู่ และสายตาของเธอจับจ้องไปที่ข้อพระคัมภีร์ที่เธอไม่เคยสังเกตเห็นมาก่อน:

“ท่านเดินทางทั้งทางบกและทางน้ำเพื่อชักชวนคนให้กลับใจเพียงคนเดียว แต่เมื่อท่านทำสำเร็จ ท่านกลับทำให้พวกเขาเป็นเด็กนรกเป็นสองเท่าของท่าน” — มัทธิว 23:15

เธอร้องไห้ ไม่ใช่เพราะความรู้สึกผิด แต่เพราะความเศร้าโศก เป็นเวลาหลายปีที่เธอคิดว่าเธอกำลังสร้างอาณาจักรของพระเจ้า แต่ตอนนี้เธอเห็นแล้วว่าเธอกำลังสร้างสถิติ

ในใจของเธอกลับมีบทกลอนกระซิบอีกครั้งว่า:

"เพราะเจ้าไม่ร้อนไม่เย็น เราจึงจะคายเจ้าออก" (วิวรณ์ 3:16)

เอสเธอร์ทรุดตัวลงคุกเข่า

"พระองค์เจ้าข้า" เธออุทาน "โปรดสอนฉันให้เดินได้อีกครั้งเถิด"

วันรุ่งขึ้น เธอเดินเข้าไปในห้องศึกษาพระคัมภีร์เล็กๆ ในหอพักแห่งหนึ่งในมหาวิทยาลัย ไม่มีไฟ ไม่มีเวที ไม่มีคำขวัญ มีเพียงกลุ่มนักศึกษานั่งอ่านหนังสือเงียบๆ รอบโต๊ะเก่าๆ

มีคนอยู่ท่ามกลางพวกเขาคือรูธ และข้างๆ เธอก็คืออนิตา

เอสเธอร์ยืนอยู่ที่ประตู ตัวสั่น
เทา รูธเงยหน้าขึ้นด้วยความประหลาดใจ อนิตาชะงัก ไม่แน่ใจ

แต่เอสเธอร์ยิ้มทั้งน้ำตา

"ฉันจะขอร่วมทางกับคุณได้ไหม?"

ห้องเงียบลง จากนั้นอนิตาก็พยักหน้า

คืนนั้น เอสเธอร์ได้นั่งเป็นครั้งแรกในรอบหลายปี ไม่ใช่ในฐานะนักเทศน์
แต่ในฐานะลูกศิษย์
พวกเขาอ่านพระคัมภีร์ด้วยกัน อธิษฐาน และร้องไห้

และในห้องเล็กๆ นั้น มีสิ่งที่สวรรค์รอคอยมานานเริ่มเบ่งบาน นั่นก็คือ
การเป็นสาวก

การสะท้อนกลับ

การปฏิรูปทุกครั้งเริ่มต้นด้วยการสารภาพ
บล็อกของอนิตาไม่ใช่การกบฏ แต่มันคือการเปิดเผย เมื่อความจริงปรากฏ
ความภาคภูมิใจก็ดับสูญ

เราต้องเรียนรู้ที่จะฟังเสียงร้องทุกข์ที่แฝงอยู่ใต้คำวิจารณ์
บางครั้งพระเจ้าทรงใช้ผู้ที่บาดเจ็บเพื่อปลุกผู้ที่เรารู้จักดี
ความถ่อมตนของเอสเธอร์คือสิ่งที่เปลี่ยนวิกฤตให้เป็นการเริ่มต้นใหม่

ในยุคแห่งแพลตฟอร์มและโปรแกรมเช่นนี้
เราขอให้ไม่ลืมว่าความจริงนั้นไม่กลัวการเปิดเผย แต่ถูกทำให้บริสุทธิ์โดยความจริง

เมื่อคริสตจักรหยุดปกป้องตัวเองและเริ่มสั่งสอนผู้อื่น
การฟื้นฟูก็จะไม่ใช่คำขวัญอีกต่อไปและกลายมาเป็นวิถีชีวิต

กุญแจพระคัมภีร์

"ท่านเดินทางทั้งทางบกและทางน้ำเพื่อชักชวนคนให้กลับใจเพียงคนเดียว แต่เมื่อท่านทำสำเร็จ ท่านกลับทำให้พวกเขาเป็นเด็กนรกเป็นสองเท่าของท่าน" — **มัทธิว 23:15**

"เพราะเจ้าไม่ร้อนไม่เย็น เราจึงจะคายเจ้าออก" — **วิวรณ์ 3:16**

*"การที่ท่านทั้งหลายออกผลมากก็เพื่อถวายเกียรติแด่พระบิดาของเรา
และแสดงให้เห็นว่าท่านเป็นสาวกของเรา"* — **ยอห์น 15:8**

ความท้าทายการกระทำ

เมื่อความจริงเผชิญหน้ากับคุณ อย่าซ่อนตัว จงถ่อมตน
จงถามพระวิญญาณ:

"ฉันเคยเฉลิมฉลองการตัดสินใจมากกว่าการเป็นสาวกที่ไหน?"

ให้การสารภาพบาปกลายเป็นห้องเรียนของคุณ
การฟื้นฟูเริ่มต้นตรงที่ข้อแก้ตัวสิ้นสุดลง

บทที่ 4 - *เศษซาก*

ลูกา 10:42 | อิสยาห์ 58:12 | ยอห์น 21:15–17

วันอาทิตย์ถัดมา โบสถ์ Glory Path เงียบผิดปกติ
ลานจอดรถที่เคยเต็มจนล้น ตอนนี้เหลือเพียงครึ่งว่าง จอ LED
ขนาดใหญ่ไม่ฉายสถิติอีกต่อไป ไฟบนเวทีหรี่ลง

บาทหลวงเอสเธอร์ มวังกิ ยืนอยู่ที่ธรรมาสน์ ตัวสั่นเทา
ความมั่นใจตามปกติของเธอหายไปหมด ไม่มีชุดคลุมแบบดีไซเนอร์ ไม่มีท่าทางที่ซ้อมไว้
มีเพียงความเรียบง่ายและความจริงใจ

เธอมองใบหน้าเบื้องหน้า — น้อยกว่าที่เธอจำได้ แต่กลับดูจริงใจยิ่งกว่าที่เคย
หลายคนเดินเข้ามาด้วยความอยากรู้ คนอื่นเดินเข้ามาด้วยความโกรธ
ยังคงเจ็บปวดกับคำพูดของอนิตา หลายคนเดินเข้ามาหวังคำตอบ

เอสเธอร์สูดหายใจเข้าลึกๆ ขณะที่เสียงของเธอสั่นเครือเมื่อเธอเริ่มต้น

"เราทำให้พระเยซูผิดหวัง"

ถ้อยคำเหล่านั้นค้างอยู่ในอากาศ
เสียงกระซิบดังไปทั่วห้องโถง บางคนก้มหน้าลง บางคนชะงักค้าง
ไม่รู้ว่าจะตอบสนองอย่างไร

"เรานับมือแต่ไม่นับหัวใจ" เธอกล่าวต่อ
"เราเติมแท่นบูชาแต่ไม่นับชีวิต เรานับผลที่ไม่เคยเติบโต"

ดวงตาของเธอเป็นประกาย

"ฉันสนใจแฮชแท็กมากกว่าความศักดิ์สิทธิ์ หลงใหลในเทรนด์มากกว่าการเปลี่ยนแปลง
แต่พระเยซู... กำลังเรียกเราให้กลับมา"

เสียงสะอื้นเบาๆ ดังมาจากที่ไหนสักแห่งในฝูงชน

“ไม่มีทางลัดอีกต่อไป” เธอกระซิบ “ไม่มีดินตื้นอีกต่อไป
เราจะไม่วิ่งเร็วขนาดนี้อีกต่อไป เราจะเดินช้าๆ — กับพระเยซู”

เธอหลับตาและยกมือขึ้น

“พระเจ้าโปรดยกโทษให้เราด้วย”

เงียบไป
จากนั้น — ช้าๆ — มีคนคนหนึ่งเริ่มปรบมือ

เธอคือรูธ

เธอยืนอยู่ด้านหลัง น้ำตาไหลอาบแก้ม มือของเธอเคลื่อนไหวเป็นจังหวะ เคารพนับถือ
ไม่ใช่ปรบมือให้ผู้หญิง แต่ปรบมือให้ความจริง

คนอื่นๆ มาร่วมด้วย จากนั้นห้องก็เต็มไปด้วยเสียงปรบมือเบาๆ — ไม่ใช่เสียงเชียร์
แต่เป็นการเยียวยา

วันนั้นถือเป็นจุดเปลี่ยน
เอสเธอร์ยกเลิกงานรณรงค์ที่กำลังจะมาถึงทั้งหมด ป้ายประกาศถูกถอดลง หน้าจอก็ดับลง

ตรงกันข้าม เธอได้รวบรวมผู้ที่ยังคงเหลืออยู่ — ดวงใจที่ซื่อสัตย์นับพันดวง —
และมาพบพวกเขาในสวนสาธารณะแห่งหนึ่งในไนโรบี
ไม่มีไมโครโฟน ไม่มีคำขวัญ มีเพียงพระคัมภีร์เปิด เปิดหัวใจ และพื้นที่เปิดโล่ง

หญ้าเปียกชุ่มไปด้วยน้ำค้าง ท้องฟ้าส่องประกายระยิบระยับด้วยแสงใหม่

เอสเธอร์ยืนอยู่ต่อหน้าพวกเขาแล้วกล่าวว่า

“ตั้งแต่วันนี้เป็นต้นไป เราจะไม่เติบโตกว้างไกล แต่เราจะเติบโตอย่างลึกซึ้ง”

เธอหันไปหารูธและอนิตา

"คุณจะช่วยฉันสร้างใหม่อีกครั้ง ไม่ใช่อาณาจักร แต่เป็นครอบครัว"

รูธพยักหน้า ดวงตาของอนิตาเต็มไปด้วยน้ำตา
เป็นครั้งแรกในรอบหลายปีที่เธอรู้สึกว่าถูกมองเห็น — ไม่ใช่เพียงตัวเลข แต่เป็นชื่อ

ในสัปดาห์ต่อๆ มา กลุ่มเล็กๆ ก็ได้รวมตัวกันทั่วเมือง
บางคนพบกันใต้ต้นไม้ บางคนในห้องนั่งเล่น บางคนในร้านกาแฟหรือในห้องโถงโรงเรียน
แต่ละวงก็เรียบง่าย: อ่าน อธิษฐาน แบ่งปัน และนำไปประยุกต์ใช้

พวกเขาเรียกมันว่า **"วงจรแห่งหนทาง"**

ผู้เชื่อใหม่ทุกคนจะจับคู่กับพี่เลี้ยง พี่เลี้ยงทุกคนจะมีผู้นำทาง
การประชุมแต่ละครั้งเริ่มต้นด้วยคำประกาศนี้:

"พวกเราไม่ใช่ผู้เปลี่ยนใจเลื่อมใส แต่เราเป็นสาวก"

อนิตาเริ่มนำกลุ่มเด็กสาววัยรุ่นกลุ่มเล็กๆ จากมหาวิทยาลัยของเธอ
รูธเดินทางไปยังสลัมใกล้เคียงเพื่อสอนคุณแม่ๆ ให้รู้จักศึกษาพระคัมภีร์
เอสเธอร์ฝึกฝนผู้นำรุ่นเยาว์ให้รู้จักศิลปะการฟังก่อนพูด

บางอย่างเริ่มเปลี่ยนแปลงไปอย่างช้าๆ
ไม่มีการปรบมือ ไม่มีแฮชแท็กฮิตติดกระแสอีกต่อไป
มีเพียงชีวิตที่เปลี่ยนแปลงไปอย่างเงียบๆ

หญิงสาวคนหนึ่งซึ่งเคยคิดฆ่าตัวตาย
ได้เล่าเรื่องราวของเธอและยิ้มเป็นครั้งแรกในรอบหลายเดือน
เด็กชายที่เคยเยาะเย้ยการสวดมนต์ ได้เริ่มนำเพื่อนๆ สวดมนต์ประจำวัน
ชายสูงวัยคนหนึ่งซึ่งเหินห่างจากครอบครัว
ได้คืนดีกับภรรยาหลังจากเข้าร่วมการอบรมสั่งสอนเรื่องการให้อภัย

สวรรค์ยิ้มอีกครั้ง

เย็นวันหนึ่ง ขณะที่ดวงอาทิตย์กำลังคล้อยต่ำลง เอสเธอร์ยืนอยู่ริมสวนสาธารณะ
มองดูวงกลม
พระคัมภีร์เปิดออก มือประสานกัน หัวใจมีชีวิตชีวา น้ำตาเอ่อคลอเบ้าตาของเธอ

เสียงอ่อนโยนกระซิบจากภายใน:

"แมรี่ได้เลือกสิ่งที่ดีกว่าแล้ว"

เอสเธอร์พยักหน้าเบาๆ

"ครับท่าน เราจะไม่วิ่งผ่านท่านอีกแล้ว"

ภาพลวงตาหายไปแล้ว
สิ่งที่ยังเหลืออยู่... คือ **เศษซากที่เหลือ** อยู่

การสะท้อนกลับ

ทุกการเคลื่อนไหวที่แท้จริงของพระเจ้าเริ่มต้นจากความพังทลาย
เมื่อกระแสความนิยมจางหายไปและความอ่อนน้อมถ่อมตน กลับคืนมา
พระเยซูก็กลับมาขึ้นเวทีอีกครั้ง

การกลับใจของศิษยาภิบาลเอสเธอร์ไม่ใช่ความอ่อนแอ แต่มันคือปัญญา
สวรรค์ไม่ได้สร้างขึ้นบนความเย่อหยิ่ง แต่สร้างขึ้นบนการยอมจำนน

ส่วนที่เหลือมีไม่มากนัก — มีแต่คนที่ยังอยู่เมื่อฝูงชนจากไป
พวกเขาไม่ได้เสียงดัง แต่ภักดี ไม่ได้โด่งดัง แต่ซื่อสัตย์

เราอาศัยอยู่ในยุคสมัยที่คริสตจักรต้องค้นพบการเรียกร้องของตนอีกครั้ง
ไม่ใช่เพื่อปฏิบัติหน้าที่ แต่เพื่อ **หล่อหลอมพระคริสต์** ในตัวผู้คน

การเป็นสาวกไม่ใช่กระแส แต่มันเปลี่ยนแปลง

กุญแจพระคัมภีร์

"มารีย์ได้เลือกสิ่งที่ดีกว่าแล้ว และจะไม่ถูกพรากไปจากเธอ" — **ลูกา 10:42**

"ชนชาติของเจ้าจะสร้างซากปรักหักพังโบราณขึ้นใหม่ และจะตั้งรากฐานเก่าแก่ขึ้นใหม่ เจ้าจะได้ชื่อว่าเป็นผู้ซ่อมแซมกำแพงที่พังทลาย ผู้ฟื้นฟูถนนและที่อยู่อาศัย" — **อิสยาห์ 58:12**

"จงเลี้ยงแกะของเรา" — **ยอห์น 21:17**

ความท้าทายการกระทำ

อย่าไล่ตามฝูงชน จงไล่ตามพระคริสต์
ถามตัวเองว่า:

"พระเจ้าทรงเรียกฉันให้เดินไปกับใคร?"

หาสักคน เลี้ยงดูสักคน อบรมสักคน
สิ่งสำคัญไม่ใช่ขนาดของเวที แต่อยู่ที่ความลึกซึ้งในการเชื่อฟังของคุณ

บทที่ 5 - ราก ไม่ใช่การเร่งรีบ

โคโลสี 2:6–7 | *ยอห์น 15:5* | *ลูกา 8:15*

หลายสัปดาห์ผ่านไปนับตั้งแต่เช้าวันนั้นในสวนสาธารณะ
ในโรบียังคงเต็มไปด้วยเสียงพูดคุยถึงการเปลี่ยนแปลงของ Glory Path
แต่ภายในซากปรักหักพังนั้น มีบางสิ่งที่เงียบสงบกว่า และลึกซึ้งกว่า กำลังเติบโต

วงกลมทวีคูณ
บ้านกลายเป็นห้องเรียนแห่งพระคุณ สวนสาธารณะกลายเป็นสถานที่ศักดิ์สิทธิ์
โต๊ะในครัวกลายเป็นแท่นเทศน์

ไม่มีโปสเตอร์ ไม่มีโปรแกรม มีเพียงการปรากฏตัวเท่านั้น

แต่ละกลุ่มเริ่มต้นด้วยวิธีเดียวกัน:

"คุณเป็นยังไงบ้าง?"

น้ำตามักหลั่งไหลก่อนคำพยาน
เรื่องราวที่เคยซ่อนอยู่หลังเสื้อผ้าในโบสถ์ก็ผุดขึ้นมา

แม่ลูกอ่อนสารภาพว่า

"ฉันไม่รู้จะอธิษฐานอย่างไรอีกต่อไป"

ชายชราคนหนึ่งกล่าวว่า

ฉันอยู่ในโบสถ์มาเป็นเวลา 20 ปีแล้ว แต่ฉันไม่เคยมีเพื่อนเลย

ไม่มีใครตัดสิน ไม่มีใครเร่งรีบ พวกเขาฟัง พวกเขาอธิษฐาน พวกเขาอยู่ต่อ

นี่ไม่ใช่เรื่องฝูงชนอีกต่อไป แต่เป็นเรื่อง ของ **ชุมชน**

ในกลุ่มหนึ่งใต้ต้นอะคาเซีย อ **นิตา** นั่งอยู่กับเด็กสาววัยรุ่นสามคนจากมหาวิทยาลัยของเธอ พวกเขาเปิดพระวรสารนักบุญยอห์นอ่านอย่างช้าๆ

“ในพระองค์นั้นมีชีวิต และชีวิตนั้นเป็นความสว่างของมนุษย์...”

อนิตาหยุดชะงัก เสียงสั่นเครือ

“แสงสว่างนั้นพบฉันในคืนที่มืดมิดที่สุดของฉัน”

เด็กสาวคนหนึ่งกระซิบว่า

“ฉันไม่เคยอ่านพระคัมภีร์ออกเสียงมาก่อน”

อนิตา ยิ้มอย่างอ่อนโยน

“วันนี้คือก้าวแรกของคุณ”

พวกเขาหัวเราะ พวกเขาร้องไห้ พวกเขาสวดภาวนา — ไม่ใช่เพื่อแสดง
แต่เพื่อเป็นส่วนหนึ่งของพวกเขา

ที่อื่น **รูธ** เป็นผู้นำกลุ่มให้คำปรึกษาคุณแม่วัยรุ่นในสลัมคิเบรา
ในแต่ละสัปดาห์
พวกเธอจะศึกษาเรื่องราวจากพระคัมภีร์หนึ่งเรื่องและเรื่องราวจากชีวิตจริงอีกหนึ่งเรื่อง

เธอจะพูดว่า,

“การเป็นสาวกไม่ใช่การหลีกหนีจากการต่อสู้ แต่เป็นการเชิญพระเยซูเข้ามามีส่วนร่วม”

ผู้หญิงเริ่มอธิษฐานเผื่อกันและกัน
พวกเธอเริ่มตั้งกลุ่มออมทรัพย์เล็กๆ แบ่งปันอาหาร และดูแลลูกๆ ของกันและกัน

ศรัทธาไม่เพียงแต่ถูกสั่งสอนเท่านั้น แต่ยังถูกนำไปปฏิบัติด้วย

หัวใจสำคัญของเรื่องทั้งหมดคือ **ศิษยาภิบาลเอสเธอร์** ได้นั่งร่วมกับผู้นำรุ่นใหม่กลุ่มหนึ่ง เธอได้แลกไมโครโฟนกับช่วงเวลาสำคัญๆ แทนที่จะเทศนา เธอกลับถามคำถาม

"สัปดาห์นี้พระเยซูสอนอะไรคุณบ้าง?"

พวกเขาพูดถึงการให้อภัย ความอดทน และการเรียนรู้ที่จะรับฟัง มีคนหนึ่งเขียนไว้บนกระดานดำว่า

"การเป็นสาวก = ความสัมพันธ์ + ความรับผิดชอบ"

เอสเธอร์พยักหน้า

"ใช่ครับ เราเลิกไล่ตามคนที่กลับใจใหม่แล้ว และเริ่มปลูกฝังคุณธรรม"

เธอยิ้ม

"เราเคยชินกับการวิ่งมาก แต่ตอนนี้เรากำลังเรียนรู้ที่จะวิ่งต่อไป"

ในมุมเล็กๆ ของสวนสาธารณะ **เดวิด ผู้เปลี่ยนมานับถือศาสนาใหม่**
เริ่มเขียนบันทึกประจำวัน
ลายมือของเขาสั้นๆ แต่จริงใจ:

"วันที่ 1 — ฉันกำลังเรียนรู้ที่จะถูกรัก"
"วันที่ 7 — ฉันพูดความจริงเป็นครั้งแรก" "วันที่ 30 — ฉันให้อภัยพ่อของฉัน"

การเปลี่ยนแปลงไม่ได้วัดด้วยตัวเลขอีกต่อไป แต่ด้วยชื่อ

ปาฏิหาริย์อันเงียบสงบได้หยั่งรากลงทั่วไนโรบี
หญิงม่ายคนหนึ่งได้รับการต้อนรับจากผู้มาเยือนเป็นครั้งแรกในรอบหลายปี

พ่อค้าแม่ค้าริมถนนเริ่มสวดมนต์ตอนเช้ากับลูกค้า
ครูใหญ่โรงเรียนเริ่มให้คำปรึกษาแก่ครูของเขา

ไม่มีอะไรกลายเป็นไวรัล ไม่มีอะไรเป็นข่าวพาดหัว
แต่ในบันทึกของสวรรค์ การฟื้นฟูกำลังเบ่งบานอยู่ใต้ดิน

เย็นวันหนึ่ง เอสเธอร์มองไปทั่วสวนสาธารณะและเห็นวงกลมนับร้อยวง
กำลังอ่านหนังสือ สวดมนต์ หัวเราะ และร้องไห้

เธอพูดกระซิบว่า

“พระเจ้าข้า พระองค์ทรงสร้างอย่างนี้”

เสียงหนึ่งตอบกลับอย่างอ่อนโยน

“ไม่ใช่หอคอย แต่เป็นโต๊ะ ไม่ใช่ต้นกก แต่เป็นรากไม้”

การสะท้อนกลับ

คริสตจักรยุคใหม่รักความเร็ว — การรับใช้ที่รวดเร็ว การเติบโตอย่างรวดเร็ว
และความสำเร็จอย่างรวดเร็ว
แต่อาณาจักรของพระเจ้าเติบโตตามฤดูกาล ไม่ใช่เพียงไม่กี่วินาที

พระเยซูไม่เคยเร่งรัดสาวกของพระองค์ พระองค์ทรงเดินเคียงข้างพวกเขา
รับประทานอาหารร่วมกับพวกเขา ทรงตักเตือนพวกเขา
และทรงรอคอยขณะที่พวกเขาเรียนรู้
ผลที่แท้จริงต้องใช้เวลา

รากมองไม่เห็น แต่รากนั้นยึดทุกอย่างไว้เหนือพื้นดิน
หากคุณเติบโตอย่างรวดเร็วโดยไม่เติบโตลึก พายุจะพัดคุณให้ล้มลง

ถึงเวลาที่จะวัดผลงานด้วย **ความลึกซึ้ง ไม่ใช่ระยะทาง**

กุญแจพระคัมภีร์

"ดังนั้น เมื่อท่านทั้งหลายรับพระเยซูคริสต์เป็นพระเจ้าแล้ว ก็จงดำเนินชีวิตในพระองค์ต่อไป โดยหยั่งรากและสร้างขึ้นในพระองค์..." — **โคโลสี 2:6–7**

"เราเป็นเถาองุ่น พวกท่านเป็นกิ่งก้าน ถ้าพวกท่านดำรงอยู่ในเรา และเราอยู่ในพวกท่าน พวกท่านก็จะเกิดผลมาก..." — **ยอห์น 15:5**

"เมล็ดพืชที่หว่านลงในดินดีนั้นหมายถึงผู้ที่มีจิตใจดีและสูงส่ง ผู้ที่ได้ยินพระวจนะแล้วจดจำไว้ และด้วยความเพียรพยายามจึงเกิดผล" — **ลูกา 8:15**

ความท้าทายการกระทำ

อย่าเร่งรีบในการเจริญเติบโต รดน้ำรากของคุณซะ
เลือกอ่านสักตอนในสัปดาห์นี้และจดบันทึก ปล่อยให้มันอ่านใจคุณ
ไม่ใช่แค่บอกเล่าเรื่องราวของคุณ

ถามตัวเองทุกวัน:

"ฉันกำลังลึกซึ้งมากขึ้นหรือแค่ดังขึ้น?"

เพราะสวรรค์เฉลิมฉลองรากฐาน ไม่ใช่การรีบเร่ง

บทที่ 6 - *ระลอกคลื่น*

กิจการ 1:8 | อิสยาห์ 60:22 | มัทธิว 13:33

เริ่มต้นจากสิ่งเล็กๆ — กลุ่มผู้ศรัทธาจำนวนหนึ่งที่รวมตัวกันใต้ต้นไม้ ในหอพัก และรอบโต๊ะอาหาร
แต่การเคลื่อนไหวก็เริ่มแผ่ขยายออกไปราวกับหยาดฝนที่ตกลงมากระทบกับผืนน้ำนิ่ง

ครูโรงเรียนมัธยมปลายแห่งหนึ่งในท้องถิ่นเข้าร่วมวงสนทนาหนึ่งวง
ทุกเช้าเธอจะสวดมนต์เงียบๆ ก่อนเข้าเรียน

"พระองค์เจ้าข้า โปรดทรงทำให้ข้าพระองค์เป็นสาวกที่ทวีจำนวนมากขึ้น"

บ่ายวันหนึ่ง มีนักเรียนคนหนึ่งเห็นเธออ่านหนังสือยอห์น

"คุณหนูกำลังเรียนอะไรอยู่คะ?"

เธอยิ้ม

"ไม่ใช่ว่าอะไร — ใคร"

พอสิ้นเดือน นักเรียนคนนั้นก็รวบรวมเพื่อนสิบคนมาตั้งวงเล็กๆ
ด้านหลังห้องทดลองวิทยาศาสตร์
ไม่มีสโลแกน ไม่มีสปอตไลท์ มีเพียงพระคัมภีร์ ความจริงใจ
และบทเพลงที่กระซิบแผ่วเบา

ในไม่ช้า ครูจากโรงเรียนใกล้เคียงก็เริ่มโทรมา:

"คุณแสดงให้พวกเราเห็นวิธีเริ่มต้นได้ไหม?"

ริ้วคลื่นเริ่มกว้างขึ้น

ในตลาด
นักธุรกิจหนุ่มชื่อปีเตอร์ปิดร้านขายอุปกรณ์อิเล็กทรอนิกส์ของเขาก่อนเวลาทุกวันพฤหัสบดี
เพื่อนบ้านหัวเราะกันใหญ่

"ธุรกิจกำลังเฟื่องฟู — ทำไมถึงปิดเร็ว?"

พระองค์ตรัสตอบว่า

"เพราะฉันได้เรียนรู้แล้วว่าการเลี้ยงดูจิตวิญญาณนั้นยั่งยืนมากกว่าการขายหน้าจอ"

เขาได้รวบรวมเจ้าของร้านต่างๆ เพื่อศึกษาสุภาษิต
และกลุ่ม WhatsApp
ของพวกเขาก็กลายมาเป็นเส้นชีวิตให้กับครอบครัวที่กำลังประสบปัญหา

เย็นวันหนึ่ง หญิงมุสลิมคนหนึ่งจากแผงลอยใกล้ๆ เข้ามาสมทบอย่างเงียบๆ
พอถึงสัปดาห์ที่สี่ เธอกระซิบทั้งน้ำตาว่า

"พระเยซูทรงฟังเมื่อฉันพูด"

อาณาจักรกำลังก้าวหน้า ไม่ใช่ผ่านทางนักเทศน์ แต่ผ่านทางผู้คน

ที่มหาวิทยาลัย กลุ่มของอนิตามีขนาดใหญ่เกินกว่าจะอยู่ในห้องเรียน
เธอแบ่งพวกเขาออกเป็นวงเล็กๆ แต่ละวงนำโดยอดีตผู้คลางแคลงใจคนหนึ่ง
เด็กชายคนหนึ่งที่เคยเยาะเย้ยความเชื่อของเธอ
ตอนนี้นำสวดมนต์ใต้ต้นไม้ที่เธอเคยร้องไห้อยู่ข้างล่าง

"พวกเราไม่ใช่ผู้เปลี่ยนใจเลื่อมใส" อานิตาบอกพวกเขา "พวกเราเป็น
เพื่อนของพระคริสต์"

พวกเขาเริ่มให้บริการในโรงพยาบาล สอนพิเศษเด็กเร่ร่อน และเยี่ยมผู้สูงอายุ
เด็กหญิงคนหนึ่งที่หายจากความคิดฆ่าตัวตาย ได้เริ่มต้นพันธกิจด้วยการเขียนจดหมาย
โดยเขียนข้อความให้กำลังใจโดยไม่ระบุชื่อทั่วทั้งมหาวิทยาลัย

ทุกโน้ตจบลงด้วย:

"คุณถูกมองเห็น คุณเป็นที่รัก คุณจะไม่ได้ถูกลืม"

ในขณะเดียวกัน ศิษยาภิบาลเอสเธอร์เดินทางอย่างเงียบ ๆ ไม่ใช่เพื่อเทศนา แต่เพื่อปลูกฝัง เธอได้พบกับผู้นำคริสตจักรเล็ก ๆ ทั่วไนโรบี เพื่อฝึกพวกเขาให้เปลี่ยนจาก *การแสดงวันอาทิตย์* เป็นการ *เดินตามกิจวัตรประจำวัน*

เย็นวันหนึ่งในการประชุมของบาทหลวง เธอเล่าว่า:

"ครั้งหนึ่งเราเคยไล่ตามการฟื้นฟู — ตอนนี้การฟื้นฟูเดินไปกับเรา"

บาทหลวงท่านหนึ่งยืนขึ้นพร้อมกับน้ำตาคลอเบ้า

"เราสร้างอาคาร คุณสร้างผู้ศรัทธา"

ในไม่ช้า คริสตจักร 20 แห่งก็ก่อตั้งสิ่งที่เรียกว่า **"เครือข่ายวิถี"** โดยแต่ละแห่งให้คำมั่นว่าจะหยุดนับจำนวนผู้เข้าร่วม และเริ่มวัดการเปลี่ยนแปลง

คติประจำใจของพวกเขา:

"ไม่มาก แต่ก็เป็นผู้ใหญ่"

คลื่นซัดเข้าใส่สื่อมวลชน
นักข่าวอิสระคนหนึ่งที่สงสัยใคร่รู้เกี่ยวกับการเปลี่ยนแปลง
จึงได้ไปเยี่ยมชมวงเวียนในสวนสาธารณะแห่งหนึ่ง เธอคาดหวังว่าจะเกิดความวุ่นวาย
แต่กลับพบว่าเธอกลับสงบลง

"นี่ไม่ใช่ศาสนา" เธอเขียนในภายหลัง "แต่นี่คือการฟื้นฟู"

บทความของเธอกลายเป็นไวรัล — แต่ไม่เหมือนกับบล็อกแรกของอนิตา
คราวนี้พาดหัวข่าวเขียนว่า:

'การปฏิวัติอันเงียบสงบของเคนยา: ขบวนการศิษย์ที่เปลี่ยนแปลงชีวิต'

ทั่วทั้งทวีป คนอื่นๆ เริ่มสังเกตเห็น
ศิษยาภิบาลในกานาเขียนถามว่า

"คุณสามารถฝึกอบรมเยาวชนของเราในเรื่อง The Way Circles ได้หรือไม่?"

มิชชันนารีในแอฟริกาใต้กล่าวว่า

"พวกเรากำลังนับจำนวนผู้เปลี่ยนใจเลื่อมใส — ตอนนี้พวกเราต้องการนับตัวละคร"

แม้แต่ผู้นำในยุโรปยังส่งคำถามมาเพื่อแสวงหาศรัทธาที่มีชีวิตชีวาอีกครั้ง

ไฟที่จุดขึ้นในความสำนึกผิด กำลังปฏิรูปคริสตจักร
และเสียงกระซิบของพระเยซูก็ดังก้องอีกครั้ง:

*"คนเล็กน้อยจะกลายเป็นพันคน
และคนตัวเล็กจะกลายเป็นประชาชาติที่เข้มแข็ง"*

คืนหนึ่ง อนิตายืนอยู่ริมแม่น้ำกับรูธและเอสเธอร์
พวกเขามองแสงไฟเมืองสะท้อนลงบนผืนน้ำ สงบ ระยิบระยับ ไร้จุดสิ้นสุด

รูธยิ้ม

"เห็นริ้วคลื่นมั้ย?"

อนิตา พยัก หน้า ดวงตาพร่ามัว

"เราคิดว่าเราล้มเหลว แต่พระองค์ทรงสร้างเรามาตลอด"

เอสเธอร์กระซิบว่า

“พระคุณช่วยสร้างสิ่งที่ทำลายความรู้สึกผิดให้กลับคืนมา”

สายลมพัดผ่านพวกเขาไปเบาๆ
ที่ไหนสักแห่งในระยะไกล เสียงระฆังโบสถ์ก็ดังขึ้น

และสวรรค์ก็ยิ้ม

การสะท้อนกลับ

เมื่อคนคนหนึ่งเชื่อฟังอย่างลึกซึ้ง ชีวิตมากมายก็เปลี่ยนแปลงไปอย่างเงียบๆ
ความเจ็บปวดของอนิตากลายเป็นเสมือนแท่นยืน
การกลับใจของเอสเธอร์กลายเป็นการฟื้นฟู ความซื่อสัตย์ของรูธกลายเป็นกรอบความคิด

นี่คือวิธีที่อาณาจักรเติบโต — ทีละโต๊ะ
ไม่มีการตลาด ไม่มีการจัดการ — มีเพียงการเคลื่อนไหวโดยพระวิญญาณ

เราต้องหยุดรอคอยการรณรงค์ครั้งใหญ่เพื่อเริ่มต้นการเปลี่ยนแปลง
การสนทนาแต่ละครั้งสามารถกลายเป็นวงกลมได้
บ้านทุกหลังสามารถเป็นบ้านแห่งการเยียวยา
และผู้ศรัทธาทุกคนสามารถเป็นสะพานเชื่อมได้

คลื่นแห่งการเชื่อฟังจะคงอยู่ยาวนานกว่าคลื่นแห่งความตื่นเต้นเสมอ

กุญแจพระคัมภีร์

“ท่านทั้งหลายจะได้รับฤทธิ์เดชเมื่อพระวิญญาณบริสุทธิ์เสด็จมาเหนือท่าน และท่านทั้งหลายจะเป็นพยานของเรา... ไปจนถึงที่สุดปลายแผ่นดินโลก” — **กิจการ 1:8**

"คนเล็กจะกลายเป็นพันคน คนเล็กจะกลายเป็นประชาชาติที่แข็งแกร่ง เราคือพระยาห์เวห์จะทรงกระทำสิ่งนี้โดยเร็ว" — **อิสยาห์ 60:22**

"อาณาจักรแห่งสวรรค์นั้นเปรียบเหมือนยีสต์...ที่ผสมอยู่ในแป้งทั้งหมดจนแผ่ขยายไปทั่ว" — **มัทธิว 13:33**

ความท้าทายการกระทำ

อย่าประมาทการเชื่อฟังเล็กๆ น้อยๆ
ลองถามตัวเองว่า:

"ฉันจะเริ่มต้นระลอกคลื่นได้ที่ไหนในสัปดาห์นี้"

ที่โต๊ะของคุณ? ที่ออฟฟิศของคุณ? บนถนนของคุณ?

ชีวิตหนึ่งที่สัมผัสอย่างลึกซึ้งจะสัมผัสอีกสิบชีวิต
นั่นคือวิธีที่พระเยซูเปลี่ยนแปลงโลก ไม่ใช่ด้วยกำลัง แต่ด้วยความซื่อสัตย์

บทที่ 7 - ทูต

2 โครินธ์ 5:20 | มัทธิว 5:14–16 | อิสยาห์ 61:4

มันเริ่มต้นอย่างเงียบๆ — เช่นเดียวกับการปฏิวัติส่วนใหญ่

ไม่มีการประกาศ ไม่มีป้ายกิจกรรม ไม่มีไฟเวที
มีเพียงกลุ่มผู้ศรัทธาธรรมดาๆ ที่ถูกฝึกฝนด้วยความรัก หยั่งรากในความจริง
กำลังเริ่มต้นก้าวเข้าสู่สถานที่ที่พวกเขาเคยหลีกเลี่ยง

พวกเขาเรียกตัวเองว่า **"ทูตแห่งวิถี"**

ไม่ใช่เพราะว่าเขาพูดจาไพเราะ แต่เพราะเขาถูก **ส่ง** มา

ฉากที่หนึ่ง: การเปลี่ยนแปลง

อนิตานั่งอยู่ในห้องนั่งเล่นเล็กๆ ของเธอ ซึ่งตอนนี้เต็มไปด้วยเก้าอี้เก่าๆ
และเสียงหัวเราะอันอบอุ่น

เด็กสาวที่เธอเคยฝึกสอนอยู่ใต้ต้นไม้ ตอนนี้ก็กลายเป็นผู้นำกลุ่มของตนเองแล้ว

พยาบาลคนหนึ่งเริ่มมีการรวมตัวกันทุกสัปดาห์ที่โรงอาหารของโรงพยาบาล
โดยพวกเขาจะสวดภาวนาให้กับครอบครัวของผู้ป่วยและร้องเพลงเบาๆ ระหว่างกะงาน

อีกคนหนึ่งซึ่งเป็นทนายความ เริ่มจัดการประชุมในช่วงเช้ากับกลุ่มคนทำงานรุ่นใหม่ โดยอ่านพระคัมภีร์ก่อนมุ่งหน้าไปที่ห้องพิจารณาคดี

"พวกเราไม่ได้รอดมาแค่เพื่อมีชีวิตรอดเท่านั้น" อนิตาพูดพร้อมรอยยิ้ม
"พวกเราถูกส่งมาเพื่อเปล่งประกาย"

เด็กสาวพยักหน้า
แต่ละคนถือไฟไม่เหมือนกัน แต่ทุกคนถือไฟอย่างซื่อสัตย์

ฉากที่สอง: คำสั่งของเอสเธอร์

ในห้องประชุมเล็กๆ แห่งหนึ่งในไนโรบี
ศิษยาภิบาลเอสเธอร์ได้กล่าวปราศรัยต่อศิษยาภิบาลหนุ่มจำนวน 20 คน

ไฟ LED และใบปลิวมันวาวหายไปหมดแล้ว
ตอนนี้เธอยืนอยู่โดยมีเพียงไวท์บอร์ดและพระคัมภีร์ กำลังเขียนคำสามคำ:

"ความลึกซึ้ง ความรัก การทวีคูณ"

เธอพูดว่า "ถ้าการปฏิบัติศาสนกิจของคุณสิ้นสุดลงที่ตัวคุณเอง
คุณก็ไม่เคยสร้างอาณาจักรของพระองค์เลย — แต่สร้างแต่อาณาจักรของคุณเองเท่านั้น"

ความเงียบเข้าปกคลุมไปทั่วห้อง

เธอกล่าวต่อว่า

พระเยซูไม่ได้ตรัสว่า 'จงไปทำให้คนมีสาวกมากขึ้น' แต่
พระองค์ตรัสว่า 'จงไปทำให้คนเป็นสาวก' สาวกที่เป็นทูต'

ชายหนุ่มคนหนึ่งยกมือขึ้น

"เราจะส่งทูตไปอย่างไร?"

เอสเธอร์ยิ้ม

"เราไม่ได้ส่งไป เรายอมแพ้ พระองค์ต่างหากที่ส่งพวกเขามา"

และนั่นกลายมาเป็นจังหวะใหม่ของพวกเขา —
ควบคุมน้อยลง รับผิดชอบมากขึ้น

ฉากที่สาม: ภูเขาทั้งเจ็ด

คลื่น เริ่ม **กระทบ ถึง การ** ศึกษา **สื่อ** ธุรกิจ รัฐบาล ครอบครัว ศิลปะ และ **ศาสนา**

- นักข่าวที่เคยมีชื่อเสียงในเรื่องการสร้างกระแสเริ่มผลิตสารคดีสั้นเกี่ยวกับนักปฏิรูปที่เงียบๆ
- ครูปรับปรุงหลักสูตรเพื่อสอนเรื่องความเมตตาควบคู่ไปกับคณิตศาสตร์
- นักออกแบบแฟชั่นท้องถิ่นได้ริเริ่มโครงการที่ชื่อว่า *Grace Woven* โดยจ้างอดีตนักโทษเพื่อฟื้นฟูศักดิ์ศรีผ่านการออกแบบ
- เจ้าหน้าที่ตำรวจที่ได้รับการฝึกฝนจากโครงการ The Way เริ่มอธิษฐานกับทีมสายตรวจของเขาก่อนเริ่มงานทุกครั้ง

มันไม่ใช่องค์กร แต่มันคือ **สิ่งมีชีวิต** มี
ชีวิต หายใจ และขยายตัว

แต่ละคนก็กลายเป็นทูตที่เป็นตัวแทนของสวรรค์ในอาณาเขตของตนในแต่ละวัน

ฉากที่สี่: การเชื่อมต่อทวีป

อีเมลเริ่มมาจากกานา ยูกันดา และแอฟริกาใต้
ข้อความมาจากบราซิล ฟิลิปปินส์ และแม้แต่รัสเซีย

"เราดูบล็อกแล้ว... ซีรีส์แล้ว... เรื่องราวแล้ว"
"เราจะร่วมทางกันได้ไหม?"

ในไม่ช้า Way Circles เล็กๆ ก็ปรากฏขึ้นในภาษาต่างๆ เช่น
ภาษาสวาฮีลีในเคนยา ภาษาสเปนในเปรู ภาษาตากาล็อกในมะนิลา
และภาษารัสเซียในมอสโก

พวกเขาทั้งหมดดำเนินตามจังหวะเรียบง่ายเดียวกัน:

คำ — อ่านมัน
เดิน - ใช้ชีวิตตามนั้น
เป็นพยาน -แบ่งปัน

และผู้คนทั่วโลกก็เริ่มพูดซ้ำประโยคนี้:

"อย่าแค่เชื่อ แต่จงเป็น"

ฉากที่ห้า: สถานทูตสวรรค์

หลายเดือนต่อมา ที่ไนโรบี มีการประชุมเกิดขึ้น
ไม่มีพิธีปลุกเสก มีเพียงพิธีศีลมหาสนิท ตัวแทนจาก 12
ชาติมาประชุมกันภายใต้หลังคาเดียวกัน

ศิษยาภิบาลเอสเธอร์ รูธ อนิตา และทีมงานที่กำลังเติบโตยืนอยู่ต่อหน้าพวกเขา
ไม่ใช่ในฐานะคนดัง แต่ในฐานะผู้รับใช้

รูธเปิดการประชุมโดยอ่านจาก **2 โครินธ์ 5:20** :

"เพราะฉะนั้นพวกเราจึงเป็นทูตของพระคริสต์
เสมือนหนึ่งว่าพระเจ้าทรงวิงวอนผ่านทางพวกเรา"

น้ำตาก็เต็มห้องไปหมด

อนิตาเดินไปข้างหน้าและกระซิบว่า

"เราได้รับความรอดห้าครั้ง... แต่กลับพบเพียงครั้งเดียว"

ห้องโถงเงียบสงัด
ทันใดนั้น เสียงปรบมือก็ดังขึ้น ไม่ใช่เพื่อเป็นเกียรติแก่พวกเขา แต่เพื่อเฉลิมฉลอง **สิ่งที่พระคุณสามารถฟื้นฟูขึ้นมาใหม่** ได้

ฉากที่ 6: การส่งตัวไปทั่วโลก

พวกเขาจบการประชุมนั้นด้วยการอธิษฐานเพื่อแต่งตั้ง
ทีละคนก็วางมือลง — ไม่ใช่เพื่อมอบชื่อเสียง แต่เพื่อความซื่อสัตย์

"จงเข้าไปในเมืองของคุณ...
ห้องประชุมของคุณ... บ้านของคุณ... และหัวใจของคุณ... และสร้างสาวก — ไม่ใช่การตกแต่ง"

คำอธิษฐานจบลงด้วยคำพูดของพระเยซูดังนี้:

"ท่านทั้งหลายเป็นแสงสว่างของโลก
เมืองที่ตั้งอยู่บนเนินเขาไม่อาจปิดบังได้"

และเมื่อเสียงดนตรีดังขึ้น
คุณแทบจะได้ยินเสียงกระซิบจากสวรรค์ว่า:

"คริสตจักรได้ออกจากอาคารไปแล้ว"

การสะท้อนกลับ

โลกไม่ต้องการคนดังอีกต่อไป แต่ต้องการ **ทูตสวรรค์** ชายหญิงผู้สืบทอดวัฒนธรรมแห่งสวรรค์ไปทุกหนทุกแห่งบนโลก

ทูตไม่ได้พูดคำพูดของตนเอง แต่พวกเขามีเจตนารมณ์ของกษัตริย์

เมื่อพระเยซูตรัสว่า

"จงออกไปทั่วโลก"
พระองค์ไม่ได้หมายความถึงแค่ประเทศต่างๆ เท่านั้น
แต่พระองค์ยังทรงหมายถึงอุตสาหกรรม ชุมชน และครอบครัวด้วย

คุณไม่จำเป็นต้องมีแท่นเทศน์เพื่อเทศนา
ห้องประชุม ห้องเรียน ห้องครัว เหล่านี้คือแท่นบูชาของคุณ

ไม่ว่าคุณจะยืนที่ใด จงยืนอย่างผู้ **ที่พระเจ้าทรงส่ง** มา

กุญแจพระคัมภีร์

*"เพราะฉะนั้น เราจึงเป็นทูตของพระคริสต์
เสมือนหนึ่งว่าพระเจ้าทรงวิงวอนขอผ่านทางเรา"* — **2 โครินธ์ 5:20**

"ท่านทั้งหลายเป็นความสว่างของโลก... จงให้ความสว่างของท่านส่องต่อหน้าผู้อื่น"
— **มัทธิว 5:14–16**

"พวกเขาจะสร้างซากปรักหักพังโบราณขึ้นใหม่ และฟื้นฟูสถานที่ที่ถูกทำลายมานาน"
— **อิสยาห์ 61:4**

ความท้าทายการกระทำ

ถามตัวเองวันนี้:

"พระเจ้าทรงวางฉันไว้บนภูเขาลูกไหน?"

การศึกษา? สื่อ? ธุรกิจ? ครอบครัว? รัฐบาล? ศิลปะ? ศาสนา?

จากนั้นอธิษฐานว่า:

"ข้าแต่พระเจ้า โปรดให้ข้าพระองค์เป็นทูตของพระองค์ที่นั่น"

คุณไม่จำเป็นต้องมีชื่อเสียง
คุณแค่ต้องมีความซื่อสัตย์ก็พอ

เมื่อสาวกกลายเป็นทูต ข่าว
ประเสริฐก็จะไม่ใช่เพียงข้อความอีกต่อไป แต่จะกลายเป็นเพียงการเคลื่อนไหว

บทที่ 8 - ชาติต่างๆ ตื่นขึ้น

สดุดี 67:2 | *ฮาบากุก 2:14* | *มัทธิว 24:14*

ฉากที่หนึ่ง: ประกายไฟข้ามพรมแดน

มันเริ่มต้นด้วยการกระซิบในหมู่ผู้สวดมนต์

จากไนโรบีสู่ลากอส
จากไคโรสู่เคปทาวน์ จากสลัมแห่งมุมไบสู่ท้องถนนแห่งเซาเปาโล

ผู้คนกำลังพูดคุยกัน — ไม่ใช่เกี่ยวกับนักเทศน์ แต่เกี่ยวกับรูปแบบ:

"สาวกผู้ทำให้สาวกเกิดขึ้น"

นักข่าวชาวเคนยาที่เดินทางไปกานาสังเกตเห็นวงกลมที่คุ้นเคยใต้ต้นมะม่วง ซึ่งเป็นกลุ่ม
ผู้ศรัทธาที่กำลังอ่านพระกิตติคุณของยอห์น โดยแต่ละคนผลัดกันอ่าน
เมื่อถามว่าพวกเขาเป็นสมาชิกคริสตจักรใด พวกเขายิ้มและตอบว่า

"เราคือ *ทาง* – คริสตจักรที่ไม่มีกำแพง"

นักข่าวร้องไห้
มันไม่ใช่แฟรนไชส์ แต่มัน คือ *ครอบครัว*

ฉากที่สอง: ภาษาแห่งแสง

ในไม่ช้า การแปลก็เริ่มแพร่กระจายอย่างรวดเร็วราวกับไฟป่า
นักเขียนโค้ดหนุ่มชาวอาร์เจนตินาได้สร้างเว็บไซต์เพื่อเชื่อมโยงผู้คน ตามภูมิภาค
ทีมงานในมะนิลาได้สร้าง *บทเรียนทางธรรม ฉบับเสียง* เป็นภาษาตากาล็อก
ในรัสเซีย ผู้ศรัทธากระซิบผ่าน VPN โดยส่งพระคัมภีร์ที่แฝงอยู่ในรหัส

ในเม็กซิโก เหล่าสาวกได้พบปะกันในร้านกาแฟ
ศึกษาพระธรรมเทศนาบนภูเขาระหว่างจิบเอสเพรสโซ ส่วน
ในฝรั่งเศส
กลุ่มศิลปินได้นำอุปมาอุปไมยมาสร้างสรรค์เป็นภาพจิตรกรรมฝาผนังตามท้องถนนต่างๆ ในปารีส

ลิ้นแต่ละลิ้น เครื่องมือแต่ละชิ้น ส่งเสียงเต้นของหัวใจหนึ่งจังหวะ:

"จงสอนเขาให้ถือรักษาสิ่งสารพัดที่เราสั่งเจ้าไว้" *(มัทธิว 28:20)*

มันไม่ใช่วัฒนธรรมตะวันตก
มันไม่ใช่วัฒนธรรมแอฟริกัน มันคือ *วัฒนธรรมแห่งสวรรค์* ที่หาเสียงของมันในทุกภาษา

ฉากที่สาม: การเฝ้าระวังของรัฐบาล

เช้าวันหนึ่ง ศิษยาภิบาลเอสเธอร์ได้รับจดหมาย — ไม่ใช่จากคริสตจักร แต่มาจากกระทรวง **ศึกษาธิการ**

พวกเขาได้ติดตามรายงานจากมหาวิทยาลัยต่างๆ ทั้ง
การลดลงของการใช้ยาเสพติด ความรุนแรงที่ลดลง และการอาสาสมัครที่เพิ่มขึ้น

จดหมายเขียนไว้ว่า:

"เราไม่เข้าใจว่าคุณกำลังทำอะไรอยู่
แต่ไม่ว่าอะไรก็ตาม มันก็ได้ผล"

ไม่นาน ผู้นำรัฐบาลก็ขอเข้าสังเกตการณ์กลุ่มสาวก
เอสเธอร์ยิ้มอย่างอ่อนโยนและกล่าวว่า

"คุณไม่สามารถแค่สังเกตการณ์...คุณต้องมีส่วนร่วมด้วย"

พวกเขาทำอย่างนั้น
และหลายคนก็จากไปพร้อมกับน้ำตา

รัฐมนตรีว่าการกระทรวงการคลังกระซิบว่า

"ฉันลงนามงบประมาณมาหลายสิบปีแล้ว แต่นี่... นี่คือการเปลี่ยนแปลง"

ฉากที่สี่: การเปลี่ยนแปลงคลื่นวิทยุ

ที่ลากอส ดามีพิธีกรรายการวิทยุคนหนึ่ง **เคย** จัดรายการช่วงดึกที่เต็มไปด้วยข่าวซุบซิบ
หลังจากอ่านเรื่องราวไวรัลของอนิตา เขาก็เชิญเธอมาสัมภาษณ์

นางมาอย่างเงียบๆ ไร้ผู้ติดตาม

ขณะที่เธอแบ่งปันเรื่องราวการเดินทางของเธอ — จากการเรียกไปที่แท่นบูชา สู่การติดยา
จากชื่อเสียงสู่ศรัทธา —
ผู้คนนับล้านต่างติดตามชม

ความคิดเห็นท่วมสถานี:

"ฉันคิดว่าฉันอยู่คนเดียว"
"ตอนนี้ฉันเข้าใจแล้วว่าความรอดที่แท้จริงคืออะไร"

ดามิ มองดูอนิตาแล้วพูดว่า

"เรามีไมโครโฟน — คุณมีข้อความ มาเป็นพันธมิตรกันเถอะ"

และเป็นครั้งแรกที่วิทยุทางโลกได้กลายมาเป็นสถานที่ศักดิ์สิทธิ์

ฉากที่ห้า: อาหารเช้าของนักธุรกิจ

ในเกาหลีใต้ กลุ่มซีอีโอเริ่มรวมตัวกันตั้งแต่เช้าตรู่
ไม่มีวาระ ไม่มีข้อตกลงใดๆ มีเพียงพระคัมภีร์และความเงียบ

คนหนึ่งสารภาพว่า

"เราสร้างบริษัทขึ้นมา... แต่กลับสูญเสียความเป็นตัวตนของเราไป"

เมื่อถึงการประชุมครั้งที่สาม พวกเขาจะจัดหาเงินทุนสำหรับภารกิจ อุปถัมภ์โรงเรียน และให้คำปรึกษาแก่เยาวชน

ผู้สังเกตการณ์คนหนึ่งถามว่า

"อะไรที่ทำให้คุณเปลี่ยนไป?"

ผู้นำของพวกเขาตอบว่า

"เราได้พบกับเรื่องราวจากเคนยา เกี่ยวกับเด็กหญิงคนหนึ่งที่ได้รับความรอดถึงห้าครั้ง แต่ไม่เคยได้รับการสั่งสอนแม้แต่ครั้งเดียว เรื่องราวนั้นเปลี่ยนแปลงเรา"

ฉากที่ 6: ปาฏิหาริย์ตะวันออกกลาง

ในเมืองเล็กๆ แห่งหนึ่งในตะวันออกกลาง ชายคนหนึ่งชื่อคาริมพบไฟล์ PDF
ที่ถูกแชร์อย่างลับๆ
ชื่อว่า *The Way – Journey with Jesus (40 Days)* แปลเป็นภาษาอาหรับ

เขาเริ่มอ่านหนังสือเล่มนี้ทุกคืนในห้องทำงานของเขา

พอถึงวันที่ 10 เขาก็เอ่ยกระซิบว่า

"พระเยซูนี้... พระองค์ทรงเดินไปกับฉัน แม้จะเงียบงันก็ตาม"

ไม่นาน ภรรยาของเขาก็มาสมทบ จากนั้นก็เป็นเพื่อนบ้านของพวกเขา

เมื่อเจ้าหน้าที่เข้ามาซักถาม คาริมก็ยิ้มและกล่าวว่า

"เราไม่ได้กำลังสร้างศาสนา เรากำลังสร้างครอบครัว"

พวกเขาจากไปอย่างสับสน แต่พระกิตติคุณยังคงอยู่

ฉากที่เจ็ด: สภาแอฟริกา

หลายเดือนต่อมา ผู้นำจากประเทศต่างๆ ในแอฟริกา 12 ประเทศได้มารวมตัวกันที่กรุงอาบูจาเพื่อร่วมประชุมหารือระหว่างศาสนา

หนึ่งในนั้นมีศิษยาภิบาลเอสเธอร์ด้วย

เมื่อถึงคราวของเธอ เธอไม่ได้นำสไลด์หรือคำพูดมาด้วย
เธอเล่าเรื่องของอนิตาแทน

ห้องเงียบสงัด
ไม่มีใครเถียง

นักวิชาการมุสลิมคนหนึ่งยืนขึ้นและพูดเบาๆ ว่า

"ถ้าพระคริสต์ของคุณทรงรักสิ่งนี้... เราก็ต้องเรียนรู้จากพระองค์"

ช่วงเวลานั้นศักดิ์สิทธิ์
กำแพงแตกร้าว หัวใจเปิดกว้าง ไม่ใช่การประนีประนอม แต่มันคือความเห็นอกเห็นใจ

ฉากที่แปด: การประชุมระดับโลก

ปีถัดมาได้รับคำเชิญจากองค์การสหประชาชาติ

หัวข้อ: *ศรัทธา สันติภาพ และอนาคตของมนุษยชาติ*

อนิตา รูธ และเอสเธอร์เข้าร่วมด้วยกัน

ในการประชุมแยกกลุ่ม อานิตาได้แบ่งปันอีกครั้ง:

“เราไม่ต้องการสงครามครูเสดอีกต่อไป เราต้องการการสนทนา การเป็นสาวกคือความรัก ไม่ใช่สายฟ้าแลบ”

ผู้ดำเนินรายการถามว่า

“แล้วเรื่องนี้มันเริ่มต้นที่ไหน?”

อนิตา ยิ้ม

“ในสวนสาธารณะเล็กๆ แห่งหนึ่งในไนโรบี — เมื่อผู้หญิงคนหนึ่งกลับใจและอีกคนหนึ่งปฏิเสธที่จะลาออก”

เสียงปรบมือดังไปทั่วห้อง

ฉากที่เก้า: คำทำนาย

คืนนั้นเอสเธอร์ก็ฝันอีกครั้ง

เธอเห็นทวีปต่างๆ ทั้งแอฟริกา เอเชีย ยุโรป อเมริกา ต่างเปล่งประกายราวกับถ่านไฟ ทันใดนั้นก็มีมือหนึ่งสัมผัสโลก และเปลวเพลิงก็แผ่กระจายไปทั่วท้องทะเล

เสียงหนึ่งดังเหมือนน้ำมากมายกล่าวว่า:

“นี่ไม่ใช่การฟื้นฟู แต่นี่คือการปฏิรูป
ฉันไม่ได้กำลังเลี้ยงดูผู้กลับใจ ฉันกำลังสร้างลูกชาย”

นางตื่นขึ้นมาตัวสั่นและกระซิบว่า

“ขอพระองค์ทรงโปรดให้เป็นเช่นนั้นเถิด”

ฉากที่สิบ: มุมมองของสวรรค์

เหล่าเทวดามารวมตัวกันบริเวณระเบียงสวรรค์เพื่อเฝ้าดู

ไม่ใช่สงครามครูเสด ไม่ใช่เสียงดัง ไม่ใช่การแสดง

แค่วงกลม — บ้าน — หัวใจ

มีเสียงดังกึกก้อง

“แผ่นดินโลกจะเต็มไปด้วยความรู้ถึงพระสิริของพระเจ้า
เหมือนน้ำที่ปกคลุมทะเล” *(ฮาบากุก 2:14)*

และสวรรค์ก็ชื่นชมยินดี
เพราะในที่สุดเหล่าสาวกก็ได้เริ่ม *สั่งสอนชนชาติต่างๆ* แล้ว

การสะท้อนกลับ

การฟื้นฟูที่แท้จริงไม่ใช่การรวมตัวกัน แต่เป็นเรื่องของการปกครองจิตใจ

เมื่อพระเยซูตรัสว่า

“จงออกไปสั่งสอนคนทุกชาติให้เป็นสาวกของเรา”
พระองค์ไม่ได้ทรงส่งเราไปท่องเที่ยว แต่ทรงส่งเราไปเปลี่ยนแปลงชีวิต

การเป็นสาวกคือเมล็ดพันธุ์
ประชาชาติคือการเก็บเกี่ยว

เมื่อชีวิตหนึ่งเปลี่ยนแปลง ชุมชนหนึ่งก็เปลี่ยนแปลง
เมื่อชุมชนหนึ่งเปลี่ยนแปลง ประเทศชาติก็ตื่นขึ้น

การเชื่อฟังของแอฟริกาได้กลายมาเป็นคำเชิญชวนจากทั่วโลก —
ให้เดิน ไม่ใช่เร่งรีบ ให้หยั่งราก ไม่ใช่วิ่ง

กุญแจพระคัมภีร์

*"เพื่อพระมรรคาของพระองค์จะได้เป็นที่รู้จักบนแผ่นดินโลก
และความรอดของพระองค์จะได้เป็นที่รู้จักในหมู่ประชาชาติทั้งปวง"* — **สดุดี 67:2**

"แผ่นดินโลกจะเต็มไปด้วยความรู้ถึงพระสิริของพระเจ้า" — **ฮาบากุก 2:14**

"ข่าวประเสริฐเรื่องอาณาจักรนี้จะถูกประกาศไปทั่วโลก" — **มัทธิว 24:14**

ความท้าทายการกระทำ

ถามว่า: *"ส่วนไหนของโลกฉันต้องการแสงสว่าง"*
อาจไม่ใช่ประเทศชาติ แต่อาจเป็นละแวกบ้านของคุณ

อธิษฐาน:

"ข้าแต่พระเจ้า โปรดปลุกวงโยธวาทิตของข้าพระองค์
ให้ประชาชาติทั้งหลายเริ่มต้นจากข้าพระองค์เถิด"

เริ่มต้นกลุ่มเล็กๆ
แบ่งปันประจักษ์พยานของคุณ สอนความจริงเพียงหนึ่งเดียว

นั่นคือวิธีที่ประเทศต่างๆ ตื่นขึ้น -
ทีละสาวก

บทที่ 9 - *การกลับมา*

ลูกา 15:20 | *วิวรณ์ 2:4–5* | *ฟีลิปปี 1:6*

ฉากที่หนึ่ง: การเดินทางกลับ

เป็นเช้าวันอาทิตย์ที่สดใสในไนโรบี — แต่ไม่เสียงดัง

ไม่มีแสงไฟ ไม่มีกล้อง ไม่มีการออกแบบเวที
มีเพียงสายลมอ่อนๆ พัดผ่านประตูโบสถ์ Glory Path Church ที่เปิดอยู่ —
สถานที่เดียวกับที่เมื่อหลายปีก่อน ผู้คนนับพันแห่กันเข้ามาแสวงหาความรอด

อนิตา ยืนอยู่ที่ทางเข้า มือสั่นเทา

"ห้าปีแล้วนะ" เธอกระซิบ
"ห้าปีแล้วตั้งแต่ฉันวิ่งมาตามทางเดินนี้"

ศิษยาภิบาลเอสเธอร์ยิ้มอยู่ข้างๆ เธอ

"และห้าปีแล้วนับตั้งแต่ฉันเรียนรู้ว่าการเดินหมายถึงอะไร"

ทั้งสองมองหน้ากัน ดวงตามีประกายน้ำตา — ไม่ใช่เพราะความรู้สึกผิด
แต่เป็นเพราะความสง่างาม

ฉากที่สอง: เวทีที่ว่างเปล่า

แท่นเทศน์ยังอยู่ที่เดิม — แต่ไฟ LED หายไปแล้ว
ไม่มีเครื่องพ่นหมอก ไม่มีนาฬิกานับถอยหลัง

แทนที่จะเป็นอย่างนั้น เก้าอี้ไม้เรียงรายเต็มแถวหน้า
พระคัมภีร์เปิดอยู่ เทียนไขว่คว้าแสงอย่างแผ่วเบา

รูธยืนอยู่ต่อหน้า พวกเขา โดย เปิดพระคัมภีร์ของเธอไปที่ **วิวรณ์ 2:** 4–5

"ท่านละทิ้งความรักครั้งแรกของท่านไปแล้ว...
เพราะฉะนั้น จงระลึกถึงสิ่งที่ท่านเคยล้มลง จงกลับใจเสียใหม่
และทำสิ่งที่ท่านเคยทำในตอนแรก"

เสียงของเธอสั่นเครือ

"ที่นี่คือที่แห่งนั้น ที่ที่เราทิ้งความรักไว้เบื้องหลัง"

เอสเธอร์คุกเข่าก่อน
จากนั้นก็เป็นอนิตา แล้วก็คนอื่นๆ

น้ำตาได้สัมผัสแท่นบูชาเดียวกัน
แต่ครั้งนี้ พวกเขาไม่ได้ร้องขอความรอด แต่พวกเขากำลังขอบคุณพระเจ้าสำหรับ *การฟื้นฟู*

ฉากที่สาม: การคืนดี

เมื่ออนิตาตื่นขึ้น เธอเห็นใบหน้าที่เธอไม่ได้เจอมานานหลายปี ไม่ว่าจะเป็นสมาชิกคณะนักร้องประสานเสียง เจ้าหน้าที่ต้อนรับ และนักแสดงจากทีมละคร

พวกเขาค่อยๆ เข้าหาเธอทีละคน

"เราควรตรวจสอบคุณ"
"เราไม่เข้าใจว่าคุณกำลังประสบอะไรอยู่"

อนิตา ร้องไห้

"ฉันให้อภัยคุณ ฉันก็หลงทางเหมือนกัน"

พวกเขาโอบกอดกัน —
ภาพแห่งความเมตตาที่พบกับความทรงจำ

ตอนนั้นไม่มีใครเป็นฮีโร่
มีเพียงพระคุณเท่านั้นที่เป็นฮีโร่

ฉากที่สี่: การเรียกแท่นบูชาใหม่

เอสเธอร์เดินไปข้างหน้าพร้อมไมโครโฟนในมือ

"เคยมีช่วงหนึ่ง" เธอกล่าว "ที่เรานับจำนวนคนที่ยกมือขึ้น แต่วันนี้เรานับจำนวนหัวใจที่ฟื้นคืนแล้ว"

เธอหยุดชะงักแล้วมองไปรอบๆ

"หากคุณได้รับความรอดแล้ว แต่ยังไม่เคยได้รับการสั่งสอน...
จงก้าวออกมาเถิด เราจะเดินไปกับคุณ"

ผู้คนเริ่มก้าวออกมาอย่างช้าๆ
ไม่ใช่วิ่ง แต่เดิน — จับมือกัน

ไม่มีเสียงเพลงดัง ไม่มีแรงกดดัน มีเพียงความรู้สึกดีๆ

รูธนำพวกเขาอธิษฐาน ไม่ใช่เพื่อขอความช่วยเหลือ แต่เพื่อรากฐาน

ฉากที่ห้า: เมล็ดพันธุ์และดิน

หลังพิธีเสร็จสิ้น เด็กๆ ก็ได้ปลูกต้นกล้าไว้ด้านนอกประตูโบสถ์
บนต้นกล้าแต่ละต้นจะมีป้ายเขียนว่า

"หยั่งรากในพระคริสต์ เติบโตในความรัก"

เอสเธอร์กระซิบว่า

"ทุกมือที่ยกขึ้นมาต้องหาดินเพื่อเจริญเติบโต"

อนิตาพยักหน้า

"ไม่มีไฟไหม้อีกต่อไป มีเพียงสวนสวยเท่านั้น"

และในวันนั้น ไนโรบีได้เห็นบางสิ่งที่แปลกใหม่
ไม่ใช่เปลวไฟแห่งการฟื้นฟู แต่ *เป็นการหยั่งรากแห่งการเป็น* สาวก

ฉากที่ 6: วงจรแห่งคำพยาน

ใต้ต้นไม้ใกล้โบสถ์ กลุ่มสาวกกลุ่มแรกมารวมตัวกันอีกครั้ง
เป็นกลุ่มเดียวกับที่รูธเริ่มไว้เมื่อหลายปีก่อน

ตอนนี้แก่ขึ้น มั่นคงขึ้น แข็งแกร่งขึ้น

พวกเขาแบ่งปันเรื่องราวการเปลี่ยนแปลง:

- อดีตผู้ติดยาที่ผันตัวมาเป็นที่ปรึกษา
- แม่เลี้ยงเดี่ยวที่ตอนนี้เป็นที่ปรึกษาให้กับเด็กสาววัยรุ่น
- เด็กข้างถนนที่ท่องจำบทสดุดีและปัจจุบันเป็นผู้นำการนมัสการในสวนสาธารณ
ะ

อนิตา ยิ้มในขณะที่เธอฟัง

"เรื่องราวทุกเรื่องเริ่มต้นด้วยบทสนทนาหนึ่งครั้ง... การติดตามหนึ่งครั้ง...
ก้าวเดินที่ซื่อสัตย์หนึ่งครั้ง"

รูธตอบอย่างนุ่มนวลว่า

"และมีพระผู้ช่วยให้รอดหนึ่งองค์ที่ไม่เคยหยุดเคาะประตู"

ฉากที่เจ็ด: มือและหัวใจ

คืนนั้นอนิตาก็ฝัน

เธอเห็นมือเดียวกับที่เธอเห็นเมื่อหลายปีก่อน ซึ่งเป็น
มือที่เปล่งประกายที่เคาะประตูกระจก

แต่คราวนี้ประตูเปิดกว้างออก

มือก็เข้ามาและมีเสียงพูดว่า:

"ครั้งหนึ่งคุณเคยร้องไห้ว่า 'ความสงบสุขที่ฉันถูกสัญญาไว้อยู่ที่ไหน'
ตอนนี้คุณแบกมันไว้"

อนิตาทรุดลงคุกเข่า
น้ำตาไหลริน

"ขอบคุณพระเจ้า...ที่ไม่ยอมแพ้เมื่อเราทำเช่นนั้น"

ฉากที่แปด: วงกลมเต็ม

เช้าวันรุ่งขึ้น อนิตาเดินผ่านเมือง

ป้ายโฆษณาที่ครั้งหนึ่งเคยติดโปสเตอร์รณรงค์หาเสียง ตอนนี้กลับแสดงโครงการต่างๆ
ของชุมชน

ทีมประชาสัมพันธ์เดิมกลายเป็นนักเทศน์ข้างถนน
คอยเสิร์ฟอาหารและอธิษฐานเผื่อคนแปลกหน้า

ขณะที่เธอเดินผ่านภาพจิตรกรรมฝาผนัง เธอก็หยุด

มันอ่านว่า:

"การเป็นสาวกคือความรักที่คงอยู่"

เธอยิ้ม

"ใช่แล้ว"

การสะท้อนกลับ

เรื่องราวนี้เริ่มต้นจากเด็กหญิงชื่ออนิตา — รอดชีวิตมาได้ห้าครั้ง
แต่กลับไม่ได้สั่งสอนใครเลย
แต่กลับจบลงด้วยการที่หญิงสาวคนหนึ่งกลับมาเกิดใหม่ — ไม่ใช่ด้วยอารมณ์
แต่ด้วยการเผชิญหน้า

เริ่มต้นด้วยการที่คริสตจักรนับผู้เปลี่ยนใจเลื่อมใส
จบลงด้วยการที่อาณาจักรปลูกฝังสาวก

เราทุกคนล้วนเป็นอนิตาในบางแง่มุม — ถูกดึงดูดด้วยพระคุณ
แต่ถูกหล่อหลอมด้วยความจริง
และเราทุกคนล้วนเป็นเอสเธอร์ — ถูกล่อลวงด้วยตัวเลข
จนกระทั่งความรักเตือนให้เราหยุดและตั้งใจฟัง

พระเยซูไม่เคยขอให้เรารวมกลุ่มคน
พระองค์ทรงขอให้เราติดตามพระองค์อย่างช้าๆ ลึกซึ้ง และซื่อสัตย์

และเมื่อเรากลับมาสู่แท่นบูชาแห่งความรักครั้งแรก
เราก็ค้นพบสิ่งที่พระองค์ต้องการมาตลอด นั่นคือ
ความเป็นเพื่อน ไม่ใช่การ แสดงออก

กุญแจพระคัมภีร์

"ขณะที่เขายังอยู่ไกล บิดาของเขาเห็นเขาและรู้สึกสงสารเขา" — **ลูกา 15:20**

"ท่านละทิ้งความรักแรกของท่านแล้ว... จงกลับไปทำสิ่งที่ท่านเคยทำในตอนแรก" — **วิวรณ์ 2:4–5**

"พระองค์ผู้ทรงเริ่มงานดีในพวกท่านแล้ว จะทรงทำให้สำเร็จ" — **ฟิลิปปี 1:6**

ความท้าทายการกระทำ

ถามตัวเองวันนี้:

"ฉันได้ทิ้งความรักครั้งแรกของฉันไปแล้วเหรอ?"

อธิษฐาน:

"พระเจ้า โปรดนำฉันกลับมา — ไม่ใช่กลับมาที่กระแสฮือฮา แต่กลับมาที่หัวใจ"

เอื้อมมือออกไป:
ติดตามคนที่คุณเคยอธิษฐานเผื่อ เดินไปกับพวกเขา

จำไว้ว่า:
ความรอดเริ่มต้นในช่วงเวลาสั้นๆ แต่การเป็นสาวกคือชีวิตหนึ่ง

บทส่งท้าย - รอด แต่ สูญหาย:
กระจกพยากรณ์สำหรับคนรุ่นเรา

มัทธิว 28:19–20 | *วิวรณ์ 3:15–20* | *ลูกา 10:41–42*

มันเริ่มต้นที่ไนโรบี
แต่มันไม่เคยเกี่ยวกับแค่เคนยาเท่านั้น

มันเป็นเรื่องเกี่ยวกับ *พวกเราทุกคน* —
คริสตจักรโลก ผู้เชื่อในยุคใหม่ จิตวิญญาณที่ก้าวออกมาแต่ไม่เคยก้าวไปข้างหน้า

มันเกี่ยวกับแท่นบูชาทุกแท่นที่นับการตัดสินใจ... แต่กลับลืมสาวก
ทุกมือที่ยกขึ้น... แต่ไม่เคยถือ ทุกเสียงร้อง "อาเมน"... แต่ไม่เคยได้มีชีวิต

กระจก

Saved But Lost ไม่ใช่เรื่องแต่ง แต่เป็นเพียงการสะท้อนความคิด

เรื่องราวของอนิตาคือเสียงของผู้คนนับล้าน
ที่เกิดมาใหม่ แต่ไม่เคยเกิด *ขึ้น* จริง

เราสร้างโบสถ์ที่วิ่งเร็ว
แต่สวรรค์เรียกให้ เรา *เดิน*

เราจัดงานฟื้นฟูสมรรถภาพที่เต็มไปด้วยผู้คน
แต่พระเยซูยังคงยืนอยู่หน้าประตู เคาะประตู

เราเฉลิมฉลองพิธีของมาร์ธา
และลืมความเงียบของแมรี่

เราได้รับจำนวนเพิ่มขึ้น
แต่สูญเสียการดูแลเอาใจใส่

เราตะโกนว่า "ครับพระเจ้า!"
แต่ไม่เคยหยุดที่จะถามว่า "แล้วต่อไปจะเป็นอย่างไร?"

คำเตือน

วิวรณ์ 3:15-16 ไม่ได้พูดถึงคนต่างศาสนา แต่
เป็นจดหมายถึงผู้เชื่อ — ถึง สาวก *ที่เฉยเมย* ถึง
การฟื้นฟูที่เร่งรีบ ถึง ความเชื่อ
ที่ ไร้ การ *ติดตาม*

"เพราะเจ้าไม่ร้อนไม่เย็น
เราจึงจะคายเจ้าออกจากปากของเรา"

สิ่งที่ทำให้สวรรค์เศร้าโศกไม่ใช่แค่บาปเท่านั้น แต่
เป็นความรอดที่ตื้นเขิน

พระเยซูไม่ได้สิ้นพระชนม์เพื่อเข้าร่วม แต่
พระองค์สิ้นพระชนม์เพื่อความเป็นอันหนึ่งอันเดียวกัน

เมื่อเราเทศนาเรื่องความเร็วแทนที่จะยอมจำนน
เราก็ได้ชักชวนคนให้กลับใจ ไม่ใช่เพื่อน

เมื่อเราไล่ตามแพลตฟอร์มเหนือผู้คน
เราสร้างหอคอย ไม่ใช่โต๊ะ

และเมื่อเราละเลยการเป็นสาวก
เราก็จะได้รับมรดกแห่งความผิดปกติ

การเรียก

แต่ยังมีความหวัง
ยังมีความหวังอยู่เสมอ

ในทุกประเทศ มีผู้เหลือรอดเพียงไม่กี่คน
ที่ถ่อมตัว ไร้ชื่อ และซื่อสัตย์

พวกเขาไม่ได้รวมตัวกันเพื่อการแสดง
แต่เพื่อการสร้างสรรค์

พวกเขากำลังกลับไปสู่จังหวะของคริสตจักรครั้งแรก —
การแบ่งปันขนมปัง การแบ่งปันหัวใจ การเดินทุกวัน

แอฟริกาได้ยินเสียงเคาะก่อน
แต่ตอนนี้เอเชียตอบรับ ยุโรปรับฟัง ทวีปอเมริกาเคลื่อนไหว

คริสตจักรกำลังรำลึกถึงความรักครั้งแรกของเธอ

นี่ไม่ใช่จุดสิ้นสุดของเรื่องราว แต่
เป็นการนำพระเยซูกลับมาพบกับเจ้าสาวของพระองค์อีกครั้ง

ข้อความ

หากคุณได้ **รับความรอดแต่หลงทาง โปรด ฟัง**
สิ่งนี้:

พระเยซูไม่ได้ทรงเรียกคุณให้พยายามมากขึ้น แต่
ทรงเรียกคุณให้เดินเข้าใกล้มากขึ้น

คุณไม่จำเป็นต้องสมบูรณ์แบบ
แค่มีตัวตนก็พอ

หาวงกลม
เรียนรู้เสียงของพระองค์ รักเพื่อนบ้าน จงเป็นสาวกของพระองค์ —
และสร้างสาวกของพระองค์

นี่เป็นทางแคบๆ —
ทางเดียวที่คงอยู่

"จงออกไปสั่งสอนชนทุกชาติให้เป็นสาวกของเรา..." *(มัทธิว 28:19)*

มันไม่ใช่คำขวัญ
มันคือหมายเรียก

คำอธิษฐาน

พ่อครับ
เรากลับมาแล้ว

จากฝูงชนสู่การมีส่วนร่วม
จากการโฆษณาสู่ความศักดิ์สิทธิ์ จากจำนวนสู่การเลี้ยงดู

เราสำนึกผิดต่อทุกดวงวิญญาณที่เรานับได้
แต่ไม่เคยแบกไว้

ขออภัยที่เรายกมือแสดงความยินดี
โดยที่หัวใจไม่ได้เปลี่ยนแปลง

ฟื้นฟูความรักในการฟังของเรา
ฟื้นฟูความกระหายในความลึกซึ้ง

ขอให้คริสตจักรช้าลง —
เพื่อเดินไปกับคุณอีกครั้ง

ในพระนามพระเยซู
อาเมน

คำประกาศของศาสดา

ฉันประกาศเหนือคนรุ่นนี้ —

ยุคแห่งการเรียกหาแท่นบูชาที่ว่างเปล่ากำลังจะสิ้นสุดลง
ฤดูกาลแห่งการเป็นสาวกที่ลึกซึ้งกำลังจะเริ่มต้นขึ้น

พระวิญญาณบริสุทธิ์กำลังนำ **ศาสนาคริสต์ที่หยั่งรากลึก กลับมาอีกครั้ง** จากบ้านสู่บ้าน จากใจสู่ใจ

คริสตจักรจะไม่ไล่ตามความเร็วอีกต่อไป — พวกเขาจะแสวงหาความสงบ ศิ
ษยาภิบาลจะไม่นับผู้ที่กลับใจใหม่ — พวกเขาจะหาเพื่อนใหม่
ผู้เชื่อจะไม่ล่องลอยอีกต่อไป — พวกเขาจะยังคงอยู่

และประชาชาติต่างๆ จะไม่เพียงแค่ได้ยินพระกิตติคุณเท่านั้น แต่พวกเขาจะ **ได้เห็น** พระกิตติคุณถูกนำไปปฏิบัติ

เพราะพระเยซูกำลังสร้างคริสตจักรของพระองค์ขึ้นมาใหม่
และครั้งนี้ประตูแห่งนรกจะไม่สามารถเอาชนะได้

การเรียกเก็บเงินครั้งสุดท้าย

คุณไม่ได้ถูกเรียกให้เป็นคนดัง คุณถูกเรียก
ให้ เป็น **สาวก**

คุณไม่ได้ถูกเรียกมาเพื่อให้เป็นไวรัล
คุณถูกเรียกมาเพื่อ **สร้าง** สาวก

คุณไม่ได้ถูกเรียกมาเพื่อให้คนเห็น
คุณถูกเรียกมาเพื่อให้ **ถูกส่ง** มา

เรื่องราวของอนิตาจบลงตรงที่เรื่องราวของคุณเป็นจุดเริ่มต้น นั่นคือ
ไม่ใช่ที่แท่นบูชา แต่เกิดขึ้นระหว่างเดินทาง

จงแบกไม้กางเขนของคุณ
ติดตามพระองค์ ดำเนินชีวิตในความรัก และอย่าเพียงแค่เชื่อ แต่ **จงเป็น ...**

"มารีย์ได้เลือกส่วนที่ดีที่สุดแล้ว และจะไม่มีใครเอาส่วนนั้นไปจากเธอได้" — *ลูกา 10:42*

"ดูเถิด เรายืนเคาะอยู่ที่ประตู..." — *วิวรณ์ 3:20*

"พระองค์ผู้ทรงเริ่มงานดีในพวกท่านแล้ว จะทรงทำให้สำเร็จ" — *ฟิลิปปี 1:6*

Saved But Lost ไม่ได้เขียนขึ้นเพื่อความบันเทิงของคุณ
แต่เขียนขึ้นเพื่อ **ปลุกคุณ ให้** ตื่น

พระเยซูยังเคาะอยู่
คุณจะเปิดประตูไหม

รอดแต่สูญหาย —
คู่มือการศึกษาและการไตร่ตรอง

การเดินทาง 9 เซสชั่นจากการตัดสินใจสู่การเป็นสาวก

"จงสอนเขาให้ถือรักษาสิ่งสารพัดที่เราสั่งเจ้าไว้" — *มัทธิว 28:20*

เซสชั่นที่ 1: *ภาพลวงตา*

ลูกา 10:38–41 | *มัทธิว 23:15*

สรุป

โบสถ์ Glory Path สว่างไสวด้วยแสงไฟและคำขวัญ แต่กลับขาดความรัก ศิษยาภิบาลเอสเธอร์ได้ตัดสินใจหลายพันครั้งแต่กลับเพิกเฉยต่อการสร้างสาวก ส่วนอานิตา ผู้ได้รับความรอดห้าครั้งในห้าโบสถ์ เป็นสัญลักษณ์ของคนรุ่นที่ไล่ตามช่วงเวลาแห่งอารมณ์ แต่กลับพลาดโอกาสเปลี่ยนแปลง

คำถามสะท้อนความคิด

1. ศาสนาคริสต์ยุคใหม่ได้แทนที่การเป็นสาวกด้วยการแสดงอันน่าตื่นตาตื่นใจอย่างไรบ้าง?
2. เราจะแยกแยะระหว่างการตอบสนองทางอารมณ์กับการเปลี่ยนแปลงที่แท้จริงได้อย่างไร
3. มี " อนิตา " อยู่รอบตัวเราหรือเปล่า —
   ผู้คนที่ได้รับการยกย่องแต่ไม่ได้รับการดูแล?

จุดเน้นการอธิษฐาน

“พระเจ้า โปรดเปิดตาเราให้เห็นภาพลวงตาที่เราสร้างขึ้น โปรดสอนให้เรามองเห็นหัวใจ ไม่ใช่มือ”

อธิษฐานขอให้คริสตจักรที่ติดอยู่ในกระแสโฆษณาได้ค้นพบความอ่อนน้อมถ่อมตนและความลึกซึ้งอีกครั้ง

การประยุกต์ใช้ในชีวิต

จดชื่อใครสักคนที่เคยมาหาพระคริสต์แต่กลับห่างหายไป ติดต่อมาในสัปดาห์นี้ ถามว่าพวกเขาเป็นอย่างไรบ้างจริงๆ — ไม่ใช่ทางจิตวิญญาณ แต่เป็นทางส่วนตัว

เซสชั่นที่ 2: *การเคาะ*

วิวรณ์ 3:15–20 | *ลูกา 10:42*

สรุป

ขณะที่คริสตจักรกำลังเฉลิมฉลองการอดอาหาร พระเยซูทรงอยู่ข้างนอก กำลังเคาะประตู
เสียงแห่งความจริงของรูธดังก้องไปทั่วฝูงชน
เตือนเอสเธอร์ว่าการฟื้นฟูที่ปราศจากความสัมพันธ์ก็คือการกบฏต่อความรัก

คำถามสะท้อนความคิด

1. บ่อยเพียงใดที่เรา "ทำศาสนกิจ" โดยไม่ฟังพระเยซู?
2. การที่พระเยซูมาเคาะ ประตูโบสถ์ *ของเรา มีความหมายว่าอย่างไร?*
3. เหตุใดเราจึงต่อต้านการชะลอตัวในชีวิตฝ่ายจิตวิญญาณ?

จุดเน้นการอธิษฐาน

"พระเยซูเจ้าข้า เราเปิดประตู ขอเสด็จกลับมาอยู่ท่ามกลางพวกเราอีกครั้ง
ขอทรงร่วมรับประทานอาหารกับพวกเรา ขอทรงสอนพวกเราให้รับใช้พระองค์"

การประยุกต์ใช้ในชีวิต

สัปดาห์นี้ แบ่งเวลาหนึ่งชั่วโมงเต็มๆ โดยไม่ต้องมีกำหนดการอะไรทั้งสิ้น แค่นั่งเงียบๆ
อยู่ต่อหน้าพระเจ้า จดบันทึกสิ่งที่พระองค์ทรงประทับไว้ในใจคุณ

เซสชั่นที่ 3: *วิกฤต*

มัทธิว 23:15 | สดุดี 51:17

สรุป

บล็อกของอนิตา "รอดแต่ถูกลืม" เผยให้เห็นความว่างเปล่าของเกมตัวเลข
คริสตจักรตื่นตระหนก แต่สวรรค์กำลังเรียกร้องให้กลับใจ
วิกฤตการณ์นี้ไม่ใช่ความล้มเหลว แต่เป็นการแทรกแซงจากสวรรค์

คำถามสะท้อนความคิด

1. คริสตจักรได้นำ "มาตรวัดความสำเร็จ" สมัยใหม่แบบใดมาใช้ซึ่งขัดแย้งกับแบบจำลองของพระคริสต์?
2. การเปิดเผยต่อสาธารณะสามารถกลายเป็นเครื่องมือสำหรับการกลับใจส่วนตัวได้อย่างไร?
3. ความแตกหักต่อหน้าพระเจ้าสำหรับผู้นำในปัจจุบันเป็นอย่างไร?

จุดเน้นการอธิษฐาน

"พระเจ้า ขอทรงใช้วิกฤตเพื่อชำระล้าง ไม่ใช่เพื่อกล่าวโทษ
ขอทรงชำระเจ้าสาวของพระองค์ให้บริสุทธิ์"

ขออธิษฐานให้ผู้นำมีความกล้าหาญในการเผชิญหน้ากับความล้มเหลวและการเปลี่ยนแปลง

การประยุกต์ใช้ในชีวิต

เขียนจดหมายสารภาพ — ไม่ใช่จดหมายสารภาพผิด แต่จดหมายสารภาพถึงการเติบโต
ยอมรับในสิ่งที่คุณให้ความสำคัญกับความเร็วมากกว่าความลึกซึ้ง
แบ่งปันกับที่ปรึกษาหรือคู่รับผิดชอบ

เซสชั่นที่ 4: *เศษซาก*

ลูกา 10:42 | ยอห์น 15:5

สรุป

เอสเธอร์ยุติสงครามครูเสดและกลับคืนสู่ความสนิทสนม ผู้ที่ยังอยู่ไม่กี่คน — รูธ มารีย์ และอนิตา — เริ่มต้นงานสร้างสาวกอย่างช้าๆ

สิ่งที่เริ่มต้นจากความสูญเสียกลายเป็นมรดก

คำถามสะท้อนความคิด

1. เหตุใดพระเจ้าจึงทรงสร้างด้วยเศษซาก ไม่ใช่ด้วยฝูงชนจำนวนมาก?
2. ความแตกต่างระหว่าง "ผู้เข้าร่วม" กับ "สาวก" คืออะไร?
3. วงจรเล็กๆ จะก่อให้เกิดการเปลี่ยนแปลงครั้งใหญ่ได้อย่างไร?

จุดเน้นการอธิษฐาน

"พระเจ้า โปรดประทานดวงตาให้แก่เราเพื่อคนจำนวนน้อย และศรัทธาเพื่ออนาคต"

ขออธิษฐานให้มีกำลังใจที่จะหยุดเร่งรีบและเริ่มต้นการเชียร์

การประยุกต์ใช้ในชีวิต

ชวนเพื่อน 2-3 คน เริ่มต้นการเดินทางอ่านพระคัมภีร์ประจำสัปดาห์

เลือกพระกิตติคุณหนึ่งเล่ม อ่านหนึ่งบท และแบ่งปันสิ่งที่พระเจ้าทรงเน้นย้ำ

เซสชั่นที่ 5: ทูต

2 โครินธ์ 5:20 | มัทธิว 5:14–16

สรุป

เหล่าสาวกเติบโตเป็นทูตที่นำพาวัฒนธรรมแห่งพระราชอาณาจักรไปสู่โรงเรียน สำนักงาน สื่อมวลชน และการเมือง
เอสเธอร์ตระหนักว่าการฟื้นฟูที่แท้จริงเกิดขึ้นตั้งแต่วันจันทร์ถึงวันเสาร์
ไม่ใช่แค่วันอาทิตย์เท่านั้น

คำถามสะท้อนความคิด

1. พระเจ้าทรงวางคุณไว้ในฐานะทูตของพระองค์ที่ไหน?
2. คุณแสดงถึงคุณค่าของสวรรค์ในวัฒนธรรมที่ตกต่ำได้อย่างไร?
3. อะไรจะเปลี่ยนไปหากผู้เชื่อทุกคนมองว่างานของตนเป็นสนามมิชชันนารี?

จุดเน้นการอธิษฐาน

"พระบิดา โปรดให้ข้าพเจ้าเป็นทูตของพระองค์ ผู้ซื่อสัตย์ ไม่หวั่นไหว และมีผลมาก"

อธิษฐานเผื่อสถานที่ทำงาน ชุมชน หรือประเทศของคุณในฐานะ "ทูตสวรรค์" ของคุณ

การประยุกต์ใช้ในชีวิต

ระบุสภาพแวดล้อมประจำวันหนึ่งอย่าง (โรงเรียน สำนักงาน ถนน)
และทำกิจกรรมเพื่อราชอาณาจักรหนึ่งอย่าง — อธิษฐาน ให้กำลังใจ รับใช้
หรือแบ่งปันความจริง

เซสชั่นที่ 6: ประชาชาติตื่นขึ้น

ฮาบากุก 2:14 | สดุดี 67:2

สรุป

การเป็นสาวกได้แผ่ขยายไปทั่วโลก ตั้งแต่ไนโรบีไปจนถึงนิวยอร์ก จากไคโรไปจนถึงโซล
รัฐบาล ธุรกิจ
และสื่อมวลชนเริ่มเห็นการเปลี่ยนแปลงผ่านผู้เชื่อธรรมดาที่แบกรับพระคุณอันวิเศษ

คำถามสะท้อนความคิด

1. "การเป็นศิษย์ของประชาชาติ" หมายถึงอะไร?
2. การเชื่อฟังเล็กๆ น้อยๆ สามารถกระตุ้นให้เกิดการฟื้นฟูครั้งใหญ่ได้อย่างไร
3. ประเทศหรือกลุ่มชนใดที่ลุกไหม้อยู่ในใจคุณ?

จุดเน้นการอธิษฐาน

"พระเจ้า โปรดทำให้แผ่นดินเต็มไปด้วยความรู้ของพระองค์ ดั่งน้ำที่ปกคลุมท้องทะเล"

อธิษฐานเพื่อมิชชันนารี ผู้สร้างสาวก และผู้ปฏิรูปคริสตจักรทั่วทุกทวีป

การประยุกต์ใช้ในชีวิต

ใช้เวลาหนึ่งวันเรียนรู้เกี่ยวกับประเทศอื่น
อธิษฐานเพื่อผู้นำ เยาวชน และคริสตจักรของประเทศนั้น
ทูลขอพระเจ้าให้มอบหมายภารกิจระดับโลกหนึ่งอย่างแก่คุณ

เซสชั่นที่ 7: *การกลับมา*

วิวรณ์ 2:4–5 | ลูกา 15:20

สรุป

อนิตาและเอสเธอร์กลับมายังเส้นทางแห่งเกียรติยศ ไม่ใช่เพื่อเรียกให้มาที่แท่นบูชาอีกครั้ง แต่เพื่อสร้างใหม่ด้วยความรัก พวกเขาเปลี่ยนเสียงอึกทึกเป็นการดูแลเอาใจใส่ เปลี่ยนแสงวาบเป็นความซื่อสัตย์ ประตูที่เคยปิดกั้นพระเยซูไว้ ตอนนี้เปิดออกแล้ว

คำถามสะท้อนความคิด

1. "การกลับไปสู่รักครั้งแรก" มีความหมายต่อคุณอย่างไร?
2. คริสตจักรจะฟื้นคืนความอบอุ่นหลังจากหลงทางได้อย่างไร?
3. มีสัญญาณอะไรบ้างที่บ่งบอกว่าพระคริสต์ทรงเป็นศูนย์กลางอย่างแท้จริงอีกครั้ง ?

จุดเน้นการอธิษฐาน

"ขอทรงฟื้นความชื่นชมยินดีแห่งความรอดของเรา และทรงสร้างใจที่มั่นคงขึ้นใหม่"

อธิษฐานขอการฟื้นฟูในการดำเนินชีวิตของคุณ — ไม่ใช่จากกิจกรรม แต่เป็นความรัก

การประยุกต์ใช้ในชีวิต

เยี่ยมชม "แท่นบูชาแรก" ของคุณ — โบสถ์ สถานที่ หรือช่วงเวลาที่พระเจ้าเคยพบคุณ ขอบคุณพระองค์สำหรับสิ่งที่พระองค์นำพาคุณมา — แล้วขอให้พระองค์ประทานความศรัทธาที่ลึกซึ้งยิ่งขึ้นแก่คุณ

เซสชั่นที่ 8: บทส่งท้าย — กระจกแห่งคำทำนาย

วิวรณ์ 3:19–20 | ฟีลิปปี 1:6

สรุป

"รอดแต่หลงทาง" ไม่ได้จบลงด้วยความพ่ายแพ้ แต่กลับกลายเป็นการหันเหจากพระเจ้า
มันคือกระจกเงาแห่งสวรรค์ที่สะท้อนถึงคนรุ่นเรา — เรียกผู้ศรัทธาให้กลับมาเดิน
ไม่ใช่วิ่ง จากผู้เปลี่ยนใจเลื่อมใสสู่เพื่อน จากเสียงอื้ออึงสู่ความรู้

คำถามสะท้อนความคิด

1. พระเจ้าทรงทำลายภาพลวงตาอะไรบ้างในการเดินทางแห่งศรัทธาของคุณ?
2. เรื่องนี้สามารถหล่อหลอมวิธีที่คุณจะสั่งสอนผู้อื่นได้อย่างไร?
3. การ "ถูกค้นพบอีกครั้ง" มีความหมายต่อคุณ อย่างไร ในปัจจุบัน?

จุดเน้นการอธิษฐาน

"พระเยซู ขอบพระคุณที่เคาะประตู เราเปิดประตูทุกบานอีกครั้ง"

อธิษฐานว่าคนรุ่นนี้จะเห็นคุณค่าของความลึกซึ้งมากกว่าการแสดงออก

การประยุกต์ใช้ในชีวิต

มุ่งมั่นที่จะเดินไปกับผู้เชื่อใหม่หนึ่งคนเป็นเวลา 40 วัน
ศึกษาด้วยกัน กินด้วยกัน เติบโตไปด้วยกัน สวรรค์ชื่นชมยินดีในทุกย่างก้าว

เซสชั่นที่ 9: ตาคุณ — เขียนบทของคุณ

ยอห์น 21:25 | มัทธิว 28:19–20

สรุป

หากเรื่องราวนี้ถูกเขียนขึ้นในวันนี้ ชีวิตของคุณคงเป็นแค่หน้ากระดาษหนึ่งหน้า
การเชื่อฟังของสาวกทุกคนจะช่วยเพิ่มข้อพระคัมภีร์อีกข้อหนึ่งให้กับเรื่องราวของพระเจ้าที่กำลังเปิดเผยออกมา

คำถามสะท้อนความคิด

1. บทของคุณจะพูดว่าอะไร?
2. คุณจะเป็นศิษย์ใครต่อไป?
3. ชีวิตของคุณจะสะท้อนถึงพระทัยของพระคริสต์อย่างไรหลังจากวันอาทิตย์?

จุดเน้นการอธิษฐาน

"พระเจ้า โปรดเขียนชื่อของฉันไว้ในเรื่องราวที่พระองค์ยังเล่าอยู่"

เชิญพระวิญญาณบริสุทธิ์มาเป็นผู้เขียนคำเชื่อฟังของคุณ

การประยุกต์ใช้ในชีวิต

เริ่มบันทึกการดำเนินชีวิตของคุณ
บันทึกคำพยาน บันทึกบทเรียน แบ่งปันความหวัง
สักวันหนึ่งอาจมีใครสักคนอ่านชีวิตของคุณ และได้พบกับพระเยซู

ความคิดสุดท้าย:

คุณไม่ได้ *รอดมาเพื่อนั่ง* คุณ
รอด *มาเพื่อรับใช้ เติบโต และก้าวเดินต่อ* ไป

การตัดสินใจทุกอย่างเพื่อพระคริสต์ต้องกลายเป็นการเดินทาง **ร่วมกับ** พระคริสต์ นั่นคือวิธีที่สวรรค์วัดความสำเร็จ — ทีละสาวก

วิธีการเกิดใหม่และเริ่มชีวิตใหม่กับพระคริสต์

บางทีคุณอาจเคยเดินร่วมกับพระเยซูมาก่อน หรือบางทีคุณอาจเพิ่งได้พบกับพระองค์ในช่วง 40 วันที่ผ่านมา แต่ตอนนี้ มีบางอย่างภายในตัวคุณกำลังสั่นไหว

คุณพร้อมสำหรับอะไรมากกว่าแค่ศาสนา
คุณพร้อมสำหรับ **ความสัมพันธ์** คุณ
พร้อมที่จะพูดว่า "พระเยซู ฉันต้องการพระองค์"

นี่คือความจริง:

"เพราะว่าทุกคนทำบาป เราทุกคนล้วนแต่ขาดมาตรฐานอันรุ่งโรจน์ของพระเจ้า...
แต่พระเจ้าโดยพระคุณของพระองค์
ทรงทำให้เราชอบธรรมในสายพระเนตรของพระองค์อย่างไม่หวงแหน"
— โรม 3:23–24 (NLT)

คุณไม่สามารถหาความรอดได้
คุณแก้ไขตัวเองไม่ได้ แต่พระเยซูทรงจ่ายราคาเต็มไปแล้ว
และพระองค์กำลังรอต้อนรับคุณกลับบ้าน

วิธีการเกิดใหม่อีกครั้ง

การเกิดใหม่หมายถึงการยอมมอบชีวิตของคุณให้กับพระเยซู ยอมรับการอภัยของพระองค์
เชื่อว่าพระองค์ทรงสิ้นพระชนม์และทรงคืนพระชนม์
และรับพระองค์เป็นพระเจ้าและพระผู้ช่วยให้รอดของคุณ

มันเรียบง่าย มันทรงพลัง มันเปลี่ยนแปลงทุกสิ่งทุกอย่าง

อธิษฐานออกเสียงดังๆ:

"พระเยซูเจ้า ข้าพระองค์เชื่อว่า พระองค์ คือพระบุตรของพระเจ้า ข้าพระองค์เชื่อว่าพระองค์ทรงสิ้นพระชนม์เพื่อบาปของข้าพระองค์และทรงคืนพระชนม์ ข้าพระองค์สารภาพว่าข้าพระองค์ได้ทำบาปและข้าพระองค์ต้องการการอภัยโทษจากพระองค์ วันนี้ข้าพระองค์กลับใจและหันหลังให้กับวิถีทางเดิม ข้าพระองค์ขอเชิญพระองค์เข้ามาในชีวิตของข้าพระองค์เพื่อเป็นพระเจ้าและพระผู้ช่วยให้รอดของข้าพระองค์ โปรดชำระข้าพระองค์ให้สะอาด เติมเต็มข้าพระองค์ด้วยพระวิญญาณของพระองค์ ข้าพระองค์ประกาศว่าข้าพระองค์บังเกิดใหม่ ได้รับการอภัยโทษ และเป็นอิสระ ตั้งแต่วันนี้เป็นต้นไป ข้าพระองค์จะติดตามพระองค์ และจะดำเนินชีวิตตามรอยพระบาทของพระองค์ ขอบพระคุณที่ทรงช่วยข้าพระองค์ให้รอด ในพระนามพระเยซู อาเมน"

ขั้นตอนต่อไปหลังจากได้รับความรอด

1. **บอกใครสักคน** – แบ่งปันการตัดสินใจของคุณกับผู้ศรัทธาที่คุณไว้วางใจ
2. **ค้นหาคริสตจักรที่ยึดหลักพระคัมภีร์** – เข้าร่วมชุมชนที่สอนพระวจนะของพระเจ้าและดำเนินชีวิตตามพระวจนะนั้น เยี่ยมชม God's Eagle ministries ออนไลน์ได้ที่ https://www.otakada.org หรือ https://chat.whatsapp.com/H67spSun32DDTma8TLh0ov
3. **รับบัพติศมา** – ก้าวต่อไปในที่สาธารณะเพื่อประกาศความเชื่อของคุณ
4. **อ่านพระคัมภีร์ทุกวัน** – เริ่มต้นด้วยพระกิตติคุณของยอห์น
5. **อธิษฐานทุกวัน** – พูดคุยกับพระเจ้าในฐานะเพื่อนและพระบิดา
6. **เชื่อมต่ออยู่เสมอ** – ล้อมรอบตัวคุณด้วยผู้คนที่สนับสนุนการเดินครั้งใหม่ของคุณ
7. **เริ่มกระบวนการสร้างสาวกภายในชุมชน** – พัฒนาความสัมพันธ์แบบตัวต่อตัวกับพระเยซูคริสต์ผ่านลิงก์เหล่านี้

การเป็นสาวก 40 วัน 1 - https://www.otakada.org/get-free-40-days-online-discipleship-course-in-a-journey-with-jesus/

40 การเป็นสาวก 2 - https://www.otakada.org/get-free-40-days-dna-of-discipleship-journey-with-jesus-series-2/

ช่วงเวลาแห่งความรอดของฉัน

วันที่ : ______________________________

ลายเซ็น : __________________________

"ผู้ใดอยู่ในพระคริสต์ ผู้นั้นก็เป็นคนสร้างใหม่แล้ว สิ่งเก่าๆ ก็ล่วงไป สิ่งใหม่ก็เข้ามา!"
— 2 โครินธ์ 5:17

ใบรับรองชีวิตใหม่ในพระคริสต์

คำประกาศความรอด – เกิดใหม่โดยพระคุณ

นี่รับรองว่า

-

(ชื่อ-นามสกุล)

ได้ประกาศ **ความเชื่อในพระเยซูคริสต์ ต่อสาธารณชน**
ในฐานะพระเจ้าและพระผู้ช่วยให้รอด
และได้รับของขวัญแห่งความรอดโดยเสรีผ่านการตายและการฟื้นคืนพระชนม์ของพระองค์

*"ถ้าท่านประกาศอย่างเปิดเผยว่าพระเยซูทรงเป็นพระเจ้า
และเชื่อในใจว่าพระเจ้าทรงให้พระองค์เป็นขึ้นจากความตาย ท่านก็จะรอด"*
— โรม 10:9 (NLT)

ในวันนี้สวรรค์จะยินดีและเริ่มการเดินทางครั้งใหม่

วันที่ตัดสินใจ : ______________________________

ลายเซ็น : ______________________________________

คำประกาศความรอด

วันนี้ข้าพเจ้าขอมอบชีวิตแด่พระเยซูคริสต์
ข้าพเจ้าเชื่อว่าพระองค์ทรงสิ้นพระชนม์แทนบาปของข้าพเจ้าและทรงคืนพระชนม์
ข้าพเจ้ารับพระองค์เป็นพระเจ้าและพระผู้ช่วยให้รอดของข้าพเจ้า ข้าพเจ้าได้รับการอภัย
เกิดใหม่ และได้รับการสร้างใหม่ นับจากนี้เป็นต้นไป
ข้าพเจ้าจะดำเนินตามรอยพระบาทของพระองค์

ยินดีต้อนรับสู่ครอบครัวของพระเจ้า!

ชื่อของคุณถูกจารึกไว้ในหนังสือแห่งชีวิตของลูกแกะ
เรื่องราวของคุณเพิ่งเริ่มต้น และมันเป็นนิรันดร์

เชื่อมต่อกับ GOD'S EAGLE MINISTRIES

- เว็บไซต์: www.otakada.org
- ซีรีส์ Wealth Beyond Worry: www.wealthbeyondworryseries.com
- อีเมล: ambassador@otakada.org

- **สนับสนุนงานนี้:**

สนับสนุนโครงการอาณาจักร ภารกิจ และทรัพยากรโลกฟรีผ่านการให้ที่นำโดยพันธสัญญา

สแกน **QR Code** เพื่อบริจาค
https://tithe.ly/give?c=308311

ความเอื้อเฟื้อของคุณช่วยให้เราเข้าถึงจิตวิญญาณได้มากขึ้น แปลทรัพยากร
สนับสนุนมิชชันนารี และสร้างระบบการสร้างสาวกทั่วโลก ขอบคุณ!

Give in the Spirit of Luke 6:38

3. เข้าร่วมชุมชน WhatsApp Covenant ของเรา

รับการอัพเดต เนื้อหาการอุทิศตน และเชื่อมต่อกับผู้เชื่อที่มีใจมุ่งมั่นในพันธสัญญาทั่วโลก

สแกนเพื่อเข้าร่วม

https://chat.whatsapp.com/H67spSun32DDTma8TLh0ov

เกี่ยวกับผู้เขียน

ซาคาเรี ยส ก็อดซีเกิล

ซาคา รีอัส ก็อดซีเกิล คือ
เสียงแห่งการพยากรณ์และครูผู้เปี่ยมด้วยความปรารถนาอันแรงกล้าที่จะนำพระวจนะของพ
ระเจ้ามาสู่จิตใจของผู้เชื่อ
เขาเป็นที่รู้จักในด้านความเข้าใจอย่างลึกซึ้งเกี่ยวกับสงครามฝ่ายวิญญาณ การอธิษฐาน
และการปลดปล่อย
เขาได้ประพันธ์หนังสืออุทิศตนและคู่มือพยากรณ์มากมายที่สร้างแรงบันดาลใจในการเปลี่ย
นแปลงบุคคล ครอบครัว และประเทศชาติ
งานเขียนของเขาเน้นการนำพระคัมภีร์ไปประยุกต์ใช้ในทางปฏิบัติเพื่อชัยชนะและความก้าว
หน้าในอาณาจักรของพระเจ้าในแต่ละวัน

คอมฟอร์ท ลาดี โอกเบ

คอมฟอร์ท ลาดี โอกเบ เป็นสตรีผู้สวดภาวนา วิงวอน และปฏิบัติศาสนกิจอย่างจริงจัง
เธออุทิศชีวิตให้กับการบำรุงเลี้ยงจิตวิญญาณ เลี้ยงดูผู้วิงวอน
และเตรียมสตรีและครอบครัวให้ดำเนินชีวิตอย่างครบถ้วนสมบูรณ์ ทั้งจิตวิญญาณ
จิตวิญญาณ และร่างกาย
คำสอนและการดูแลด้านศาสนาของเธอสะท้อนให้เห็นถึงความเมตตากรุณา
ดึงดูดผู้คนเข้าสู่อ้อมกอดแห่งการเยียวยาของพระคริสต์
และเสริมพลังให้พวกเขาค้นพบโชคชะตาที่พระเจ้าประทานให้

เอกอัครราชทูต มันเดย์ โอ. โอกเบ

เอกอัครราชทูต มันเดย์ โอ. โอ กเบ เป็น นักยุทธศาสตร์ รัฐมนตรี และที่ปรึกษา
ด้านการเปลี่ยนแปลงระดับชาติ ผู้เชื่อมโยงศรัทธา ธรรมาภิบาล
และยุทธศาสตร์ความมั่นคง ท่านเป็นผู้ก่อตั้ง God's Eagle Ministries (
GEM) และมีบทบาทสำคัญในการพัฒนาพิมพ์เขียวระดับชาติสำหรับภาวะผู้นำ

ความมั่นคง และการเปลี่ยนแปลง โดยใช้หลักการแห่งอาณาจักรของพระเจ้า งานเขียนและคำสอนของท่านกระตุ้นให้ผู้เชื่อลุกขึ้นมาเป็นนักปฏิรูปฟื้นฟูประเทศชาติด้วยความเข้าใจ เทคโนโลยี และความร่วมมือ ขณะเดียวกันก็ยังคงยึดมั่นในคำอธิษฐานและสงครามฝ่ายวิญญาณ

สำนักพิมพ์

หนังสือเล่มนี้จัดพิมพ์ภายใต้สำนักพิมพ์ร่วมของ **Zacharias Godseagle** และ **God's Eagle Ministries (GEM)**
ซึ่งเป็นกระทรวงที่อุทิศตนเพื่อเตรียมเครื่องมือให้กับกายของพระคริสต์สำหรับการเป็นสาวก การปลดปล่อย และการเปลี่ยนแปลงในประเทศต่างๆ

หนังสือและแหล่งข้อมูลที่แนะนำ

7 วันแห่งสงครามทางจิตวิญญาณและการฟื้นฟู - นี่คือส่วนที่ 1

การผูกมัดศัตรู การตอบโต้ลูกศรเจ็ดเท่า และการฟื้นคืนโชคชะตาของคุณ

https://shop.ingramspark.com/b/084?params=8mPzqUl73Ex7uPyeO7ydyt8EGkkB6u2gX1jZvWU8j1C

ลิงก์อีบุ๊ก - https://www.amazon.com/DAYS-SPIRITUAL-WARFARE-RECOVERY-Returning-ebook/dp/B0FMPJM5KZ

จากความมืดสู่การครอบครอง: 40
วันเพื่อหลุดพ้นจากเงื้อมมือแห่งความมืดที่ซ่อนเร้น
-
การอุทิศตนเพื่อการรับรู้ การปลดปล่อย
และพลังทั่วโลก - สำหรับบุคคล ครอบครัว
และประเทศชาติที่พร้อมจะเป็นอิสระ

หนังสือปกอ่อน

https://shop.ingramspark.com/b/084?params=aVgp21QfwJxNANkfMxlQ0yejuFCVY12KFr978SRkZUD

ลิงค์ Amazon - https://www.amazon.com/DARKNESS-DOMINION-การอุทิศตนเพื่อการตระหนักรู้-การปลดปล่อย-อีบุ๊ก/dp/B0FLDH2Y67

- ***Delivered from the Power of Darkness* (ปกอ่อน) —**
  ซื้อที่นี่ | E-book บน Amazon

  - **บทวิจารณ์ยอดนิยมจากสหรัฐอเมริกา:**
    - **ลูกค้า Kindle** :
      "หนังสือคริสเตียนที่ดีที่สุดเท่าที่เคยมีมา!" (5 ดาว)

สรรเสริญพระเยซูสำหรับประจักษ์พยานนี้
ฉันได้รับพรมากมายและอยากแนะนำให้ ทุกคน
อ่านหนังสือเล่มนี้... เพราะค่าจ้างของบาปคือความตาย
แต่ของประทานจากพระเจ้าคือชีวิตนิรันดร์ ชาโลม! ชาโลม!

- **Da Gster** :
  "นี่เป็นหนังสือที่น่าสนใจและค่อนข้างแปลก" (5 ดาว)

หากสิ่งที่กล่าวไว้ในหนังสือเป็นความจริง แสดงว่าเราตามหลังศัตรูอยู่มากจริงๆ ว่าสามารถทำอะไรได้บ้าง! ... สิ่งที่ต้องมีสำหรับทุกคนที่ต้องการเรียนรู้เกี่ยวกับสงครามทางจิตวิญญาณ

- **วีซ่า** : "ชอบหนังสือเล่มนี้" (5 ดาว)

นี่มันเปิดหูเปิดตาจริงๆ... สารภาพตามตรง... ช่วงนี้ฉันตามหามันอยู่ทั่วทุกแห่งเพื่อซื้อ ดีใจมากที่ได้มันมาจาก Amazon

- **FrankJM** : "ค่อนข้างแตกต่าง" (4 ดาว)

หนังสือเล่มนี้เตือนใจฉันว่าสงครามฝ่ายวิญญาณนั้นแท้จริงแล้วเป็นอย่างไร มันยังทำให้ฉันนึกถึงเหตุผลที่ต้องสวม "ยุทธภัณฑ์ครบชุดของพระเจ้า" อีกด้วย

- **JenJen** : "ใครก็ตามที่อยากไปสวรรค์อ่านนี่!" (5 ดาว)

หนังสือเล่มนี้เปลี่ยนชีวิตฉันอย่างมาก เมื่อรวมกับประจักษ์พยานของจอห์น รามิเรซ มันจะทำให้คุณมองศรัทธาของคุณเปลี่ยนไป ฉันอ่านมันมา 6 รอบแล้ว!

- *Ex-Satanist: The James Exchange* (ปกอ่อน) — ซื้อที่นี่ | E-book บน Amazon

- ***คำให้การของอดีตผู้นับถือซาตานชาวแอฟริกัน*** - *ศิษยาภิบาล JONAS LUKUNTU MPALA* (ปกอ่อน) — ซื้อที่นี่ | E-book บน Amazon

- *Greater Exploits 14* (ปกอ่อน) — ซื้อที่นี่ | E-book บน Amazon

- *Out of the Devil's Cauldron* โดย John Ramirez — มีจำหน่ายบน Amazon
- *เขามาเพื่อปลดปล่อยเชลย* โดย Rebecca Brown — ค้นหาบน Amazon

หนังสืออื่นๆ ที่ตีพิมพ์โดยผู้เขียน – มากกว่า 1,000 ชื่อเรื่อง

Loved, Chosen and Whole : การเดินทาง 30 วันจากการถูกปฏิเสธสู่ **การฟื้นฟู** แปลเป็น 40 ภาษาทั่วโลก

https://www.amazon.com/Loved-Chosen-Whole-Rejection-Restoration-ebook/dp/B0F9VSD8WL

https://shop.ingramspark.com/b/084?params=xga0WR16muFUwCoeMUBHQ6HwYjddLGpugQHb3DVa5hE

Loved, Chosen and Whole
A 30-Day Journey from Rejection to Restoration
Zacharias Godseagle; Ambassador Monday O. Ogbe; Comfort Ladi Ogbe

ตามรอยพระองค์ — ความท้าทาย 40 วันของ WWJD:

การดำเนินชีวิตเหมือนพระเยซูในเรื่องราวชีวิตจริงทั่วโลก

https://www.amazon.com/His-Steps-Challenge-Real-Life-Stories-ebook/dp/B0FCYTL5MG

https://shop.ingramspark.com/b/084?params=DuNTWS59IbkvSKtGFbCbEFdv3Zg0FaITUEvlK49yLzB

พระเยซูอยู่ที่ประตู:

40 เรื่องราวสุดเศร้าและคำเตือนสุดท้ายจากสวรรค์ถึงคริสตจักรในปัจจุบัน

https://www.amazon.com/dp/B0FDX31L9F

https://shop.ingramspark.com/b/084?params=TpdA5j8WPvw83glJ12N1B3nf8LQte2a1lIEy32bHcGg

JESUS AT THE DOOR
40 HEARTBREAKING STORIES AND HEAVEN'S FINAL WARNING TO TODAY'S CHURCHES
ZACHARIAS GODSEAGLE,
COMFORT LADI OGBE,
AMBASSADOR MONDAY O. OGBE

ชีวิตพันธสัญญา: 40 วันแห่งการเดินในพระพรแห่งเฉลยธรรมบัญญัติ 28

- https://www.amazon.com/dp/B0FFJCLDB5

เรื่องราวจากคนจริง การเชื่อฟังจริง และจากเรื่องจริง

https://shop.ingramspark.com/b/084?params=bH3pzfz1zdCOLpbs7tZYJNYgGcYfU32VMz3J3a4e2Qt

การเปลี่ยนแปลงในกว่า 20 ภาษา

รู้จักเธอและรู้จักเขา:

40 วันสู่การเยียวยา ความเข้าใจ และความรักที่ยั่งยืน

https://www.amazon.com/รู้-เธอ-เขา-การรักษา-ความเข้าใจ-อีบุ๊ก/dp/B0FGC4V3D9

https://shop.ingramspark.com/b/084?params=vC6KCLoI7Nnum24BVmBtSme9i6k59p3oynaZOY4B9Rd

เสร็จสมบูรณ์ ไม่ใช่แข่งขัน:

การเดินทาง 40 วันสู่จุดมุ่งหมาย ความสามัคคี และความร่วมมือ

https://shop.ingramspark.com/b/084?params=5E4v1tHgeTqOOuEtfTYUzZDzLyXLee30cqYo0Ov9941

https://www.amazon.com/อีบุ๊กความร่วมมือการเดินทางที่สมบูรณ์แบบ-ไม่แข่งขัน/dp/B0FGGL1XSQ/

รหัสสุขภาพศักดิ์สิทธิ์ - 40

กุญแจประจำวันเพื่อกระตุ้นการรักษาผ่านพระวจนะและการสร้างสรรค์ของพระเจ้า ปลดล็อกพลังการรักษาของพืช คำอธิษฐาน และการกระทำเชิงพยากรณ์

https://shop.ingramspark.com/b/084?params=xkZMrYcEHnrJDhe1wuHHYixZDViiArCeJ6PbNMTbTux

https://www.amazon.com/dp/B0FHJT42TK

สามารถพบหนังสือเล่มอื่นๆ ได้ที่หน้าผู้เขียน
https://www.amazon.com/stores/Ambassador-Monday-O.-Ogbe/author/B07MSBPFNX

www.ingramcontent.com/pod-product-compliance
Lightning Source LLC
LaVergne TN
LVHW040446051026
849517LV00002B/775
* 9 7 9 8 3 4 9 6 1 3 8 8 3 *